EERSTE EDITIE - Gepubliceerd in 2022

Extra grafisch materiaal van: www.freepik.com
Dank aan: Alekksall, Starline, Pch.vector, Rawpixel.com, Vectorpocket, Dgim-studio, Upklyak, Macrovector, Stockgiu, Pikisuperstar & Freepik.com Designers

Ontdek gratis online spelletjes

Hier verkrijgbaar:

BestActivityBooks.com/FREEGAMES

5 TIPS OM TE BEGINNEN!

1) HOE OP TE LOSSEN

De Puzzels zijn in een Klassiek Formaat:

- Woorden worden verborgen zonder pauzes (geen spaties, streepjes, ...)
- Oriëntatie: Voorwaarts & Achterwaarts, Boven & Beneden of in Diagonaal (kan in beide richtingen)
- Woorden kunnen elkaar overlappen of kruisen

2) ACTIEF LEREN

Naast elk woord is een spatie voorzien om de vertaling te noteren. Om actief te leren vindt u een **WOORDENBOEK** aan het einde van deze editie om uw kennis te controleren en uit te breiden. U kunt elke vertaling opzoeken en opschrijven, de woorden in de puzzel vinden en ze vervolgens aan uw woordenschat toevoegen!

3) TAG JE WOORDEN

Hebt u al geprobeerd een labelsysteem te gebruiken? U zou bijvoorbeeld de woorden die moeilijk te vinden waren kunnen markeren met een kruis, de woorden die u leuk vond met een ster, nieuwe woorden met een driehoek, zeldzame woorden met een ruit enzovoort...

4) ORGANISEER UW LEREN

Wij bieden ook een handig **NOTITIEBOEKJE** aan het eind van deze uitgave. Of u nu op vakantie, op reis of thuis bent, u kunt uw nieuwe kennis gemakkelijk ordenen zonder dat u een tweede notitieboek nodig hebt!

5) AFGESLOTEN?

Ga naar de bonussectie: **FINAAL UITDAGING** om een gratis spel te vinden dat aan het einde van deze editie wordt aangeboden!

Wil je meer leuke en leerzame activiteiten? Het is Snel en Eenvoudig!
Een hele collectie spelboeken slechts **één klik verwijderd!**

Vind uw volgende uitdaging bij:

BestActivityBooks.com/MijnVolgendeBoek

Klaar... Start!

Wist u dat er zo'n 7000 verschillende talen in de wereld zijn? Woorden zijn kostbaar.

We houden van talen en hebben hard gewerkt om de boeken van de hoogste kwaliteit voor u te maken. Onze ingrediënten?

Een selectie van onmisbare leerthema's, drie grote plakken plezier, dan voegen we er een lepel moeilijke woorden en een snuifje zeldzame woorden aan toe. We serveren ze met zorg en een maximum aan verrukking, zodat je de beste woordspelletjes kunt oplossen en veel plezier beleeft aan het leren!

Uw feedback is essentieel. U kunt een actieve bijdrage leveren aan het succes van dit boek door een recensie achter te laten. Vertel ons wat u het meest beviel in deze editie!

Hier is een korte link die u naar uw bestelpagina brengt:

BestBooksActivity.com/Recensies50

Bedankt voor uw hulp en veel plezier met het spel!

Linguas Classics

1 - Metingen

ก	ไ	บ	ล	ร	ง	ู	ส	ม	า	ว	ค	า	จ
ร	ิ	จ	ว	ิ	เ	ง	ง	ญ	ท	น	ว	ต	ท
ะ	ค	โ	ม	ต	ต	ถ	ป	ม	ฉ	้	า	ส	ฟ
ด	ข	ว	ล	ก	ญ	ร	ต	ม	เ	ำ	ม	ก	ย
้	ฟ	า	า	ก	จ	ช	ฟ	ต	ย	ห	ก	ก	ย
บ	ห	ย	ศ	ม	ร	ภ	า	แ	ถ	น	ว	ร	ะ
เ	ฟ	ม	ง	ย	ล	ั	ต	ั	น	ั	ั	ั	ไ
ส	ช	า	อ	ิ	ห	ึ	ม	ข	ม	ก	า	ม	น
ี	ฉ	ว	ผ	น	พ	พ	ก	ข	พ	ฝ	ง	ง	ิ
ย	ษ	ค	ห	ศ	ไ	ไ	ฟ	ร	ด	เ	ก	ล	้
ง	ศ	ษ	น	ท	ช	ส	ช	ป	ท	ย	น	ม	ว
ญ	ห	เ	ซ	น	ต	ิ	เ	ม	ต	ร	ไ	ส	ฟ
น	า	ท	ี	ค	ฉ	อ	อ	น	ซ	์	ต	บ	ไ
ก	ิ	โ	ล	เ	ม	ต	ร	ป	ศ	น	ป	ม	ต

ความกว้าง	กิโลกรัม
ไบต์	กิโลเมตร
เซนติเมตร	ความยาว
ทศนิยม	ลิตร
ความลึก	มวล
น้ำหนัก	เมตร
องศา	นาที
กรัม	ออนซ์
ความสูง	ตัน
นิ้ว	ระดับเสียง

2 - Keuken

ถ้วย

ตะเกียบ

กิน

ย่าง

กาต้มน้ำ

ตู้เย็น

ชาม

เหยือก

ช้อน

มีด

เตาอบ

ทัพพี

สูตรอาหาร

ผ้ากันเปื้อน

ผ้าเช็ดปาก

เครื่องเทศ

ฟองน้ำ

อาหาร

ส้อม

3 - Boten

สมอ

ลูกเรือ

ทุ่น

ท่าเรือ

คลื่น

เรือยอชท์

คายัค

แคนู

เสา

กะลาสี

ทะเลสาบ

เครื่องยนต์

มหาสมุทร

เรือชูชีพ

แม่น้ำ

เชือก

เรือข้ามฟาก

แพ

ทะเล

เรือใบ

4 - Chocolade

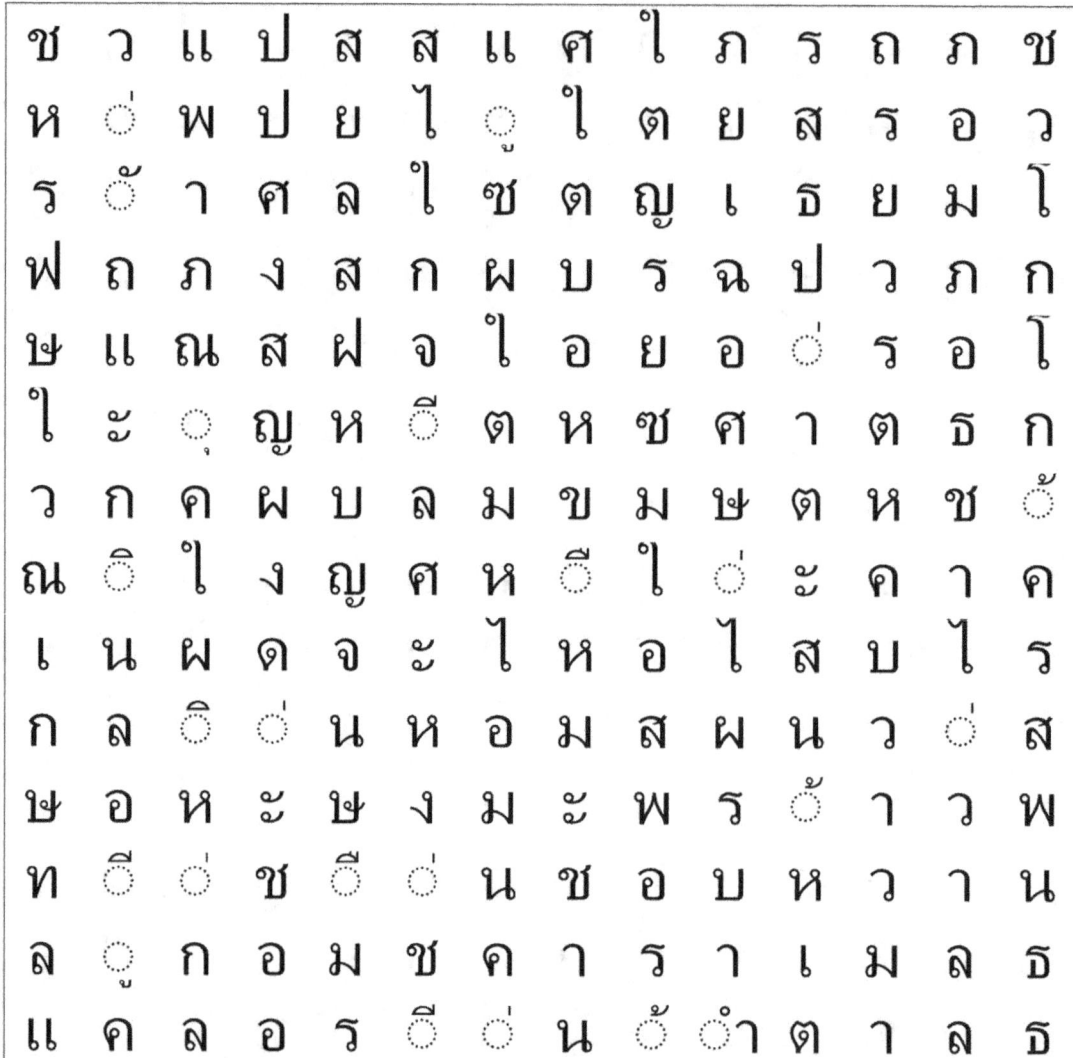

ช	ว	แ	ป	ส	ส	แ	ศ	ใ	ภ	ร	ถ	ภ	ช
ห	อ่	พ	ป	ย	ไ	อุ	ใ	ต	ย	ส	ร	อ	ว
ร	อ้	า	ศ	ล	ไ	ซ	ต	ญ	เ	ธ	ย	ม	โ
ฟ	ถ	ภ	ง	ส	ก	ผ	บ	ร	ฉ	ป	ว	ภ	ก
ษ	แ	ณ	ส	ฝ	จ	ไ	อ	ย	อ	อ่	ร	อ	โ
ใ	ะ	อุ	ญ	ห	อื	ต	ห	ซ	ศ	า	ต	ธ	ก
ว	ก	ค	ผ	บ	ล	ม	ข	ม	ษ	ต	ห	ช	อ้
ณ	อิ	ไ	ง	ญ	ศ	ห	อื	ไ	อ่	ะ	ค	า	ค
เ	น	ผ	ด	จ	ะ	ไ	ห	อ	ไ	ส	บ	ไ	ร
ก	ล	อิ	อ่	น	ห	อ	ม	ส	ผ	น	ว	อ่	ส
ษ	อ	ห	ะ	ษ	ง	ม	ะ	พ	ร	อ้	า	ว	พ
ท	อื	อ่	ช	อื	อ่	น	ช	อ	บ	ห	ว	า	น
ล	อุ	ก	อ	ม	ช	ค	า	ร	า	เ	ม	ล	ธ
แ	ค	ล	อ	ร	อื	อ่	น	อ้	อำ	ต	า	ล	ธ

กลิ่นหอม
ช่างฝีมือ
ขม
โกโก้
แคลอรี่
กิน
แปลกใหม่
ที่ชื่นชอบ
อร่อย
ส่วนผสม

คาราเมล
มะพร้าว
คุณภาพ
ถั่ว
ผง
สูตรอาหาร
รส
ลูกอม
น้ำตาล
หวาน

5 - Gezondheid en Welzijn #2

น	น	แ	ว	ก	โ	ภ	ช	น	า	ก	า	ร	แ
ว	ั้	ค	ิ	ย	า	ก	ง	า	่	ร	ม	์	ร
ด	ำ	ล	ต	ค	จ	ร	อ	า	ห	า	ร	ต	ง
ห	ห	อ	า	ก	ณ	ฉ	ย	ก	ศ	ง	เ	ส	ไ
ะ	น	ร	ม	ย	า	บ	ย	่	เ	ฟ	ล	า	โ
ฟ	ั	ื	ิ	ส	ค	ร	โ	น	อ	ร	ื	ศ	ร
ถ	ก	่	น	ฝ	ุ	ต	ก	ไ	ธ	ย	อ	ธ	ง
ก	พ	ย	จ	ม	ส	ข	ณ	ู	ม	ญ	ด	ุ	พ
พ	ล	ั	ง	ง	า	น	อ	บ	้	พ	ศ	น	ย
แ	ข	็	ง	แ	ร	ง	า	น	น	ค	ธ	ั	า
ภ	ุ	ม	ิ	แ	พ	้	ไ	แ	า	า	ื	พ	บ
ค	ว	า	ม	เ	ค	ร	ี	ย	ด	ม	ง	น	า
ก	า	ร	ต	ิ	ด	เ	ช	ื	้	อ	ั	ก	ล
ว	ล	ซ	ศ	ล	ล	ฝ	ะ	ษ	เ	ญ	ด	ย	ถ

ภูมิแพ้   การติดเชื้อ
เลือด   แรง
แคลอรี่   ร่างกาย
อาหาร   นวด
พลังงาน   การย่อย
พันธุศาสตร์   ความเครียด
น้ำหนัก   วิตามิน
แข็งแรง   โภชนาการ
การกู้คืน   โรงพยาบาล
สุขอนามัย   โรค

6 - Tijd

อ ว ต ศ เ อ ต ท ภ ธ พ ช ล ป
ห ล ั ง จ า ก อ ศ ง ถ ว ว ร
จ น ค ย ญ ้ ร พ น ว พ ั ป ะ
ซ บ ฝ ่ ฉ ช ห ร ื น ร น ื จ
ว เ ป ี ะ เ ณ ุ ้ ื ื ร เ ำ
ข ป ล ท ช ต ถ ่ น ค ซ ้ ษ ป
ภ ช ฏ เ ล ษ ด ง ั ง น จ ศ ื
ว ้ ก ิ ว ผ ต น ว า ศ จ ภ ด
น ่ ภ แ ท ฝ ค ื ภ ล ง ข ท บ
า ว แ ส ง ิ า ้ า ก ิ ฬ า น
ท โ บ ย ไ ช น ศ ต ว ร ร ษ อ
ื ม บ ม ท ร อ ข ใ ฝ ธ ห ด ื
ญ ง ส ั ป ด า ห ์ ศ ณ ธ ข ด
ะ ษ น เ ม ื ่ อ ว า น ข ญ เ

วัน	นาที
ทศวรรษ	พรุ่งนี้
ศตวรรษ	หลังจาก
เมื่อวาน	กลางคืน
ปี	ตอนนี้
ประจำปี	เช้า
ปฏิทิน	อนาคต
นาฬิกา	ชั่วโมง
เดือน	วันนี้
เที่ยง	สัปดาห์

7 - Meditatie

```
ค ล ล บ น ด ส ั น ต ิ ภ า พ
ย ว บ ั ท ห น ฝ ไ ษ ธ อ ต ค
ค ค า ร ง แ น ต ฝ ว ร า ต ว
ว ว น ม ค ธ บ น ร ถ ร ร ม า
า า ม อ ช ว ไ ว เ ื ม ม เ ม
ม ม ณ ย ป ั า ค ด ไ ช ณ ม เ
ส ค ข ร ล ม ด ม ผ ม า ์ า ง
น ิ ุ า ภ ง ช เ ก ด ต ิ ร ว ื
ไ ด ส ก แ ฉ เ ว จ ต ิ จ ค ย
จ ธ ม ป ป บ ฝ ซ ไ น ั แ ถ บ
ท ่ า ท ท า ง อ ม ม ุ ม ญ ธ ซ
ษ ป ว บ ว ส ต ื ่ น ฉ ม ญ พ
ถ น ค ก า ร ส ั ง เ ก ต น ู
ก า ร เ ค ล ื ่ อ น ไ ห ว ท
```

ความสนใจ	จิต
การยอมรับ	ดนตรี
การเคลื่อนไหว	ธรรมชาติ
ความกตัญญ	การสังเกต
อารมณ์	มุมมอง
ความคิด	ความเงียบ
ความสุข	สันติภาพ
ความชัดเจน	ความเมตตา
ท่าทาง	ตื่น
สงบ	

8 - Muziek

เ	ง	จ	ไ	ม	โ	ค	ร	โ	ฟ	น	ด	ก	บ
ม	บ	ั	้	ล	้	อ	ณ	ซ	ไ	ห	น	า	้
ว	ะ	ง	ด	พ	ฝ	ล	ษ	ง	พ	ป	ต	ร	ล
ส	ช	ห	ห	อ	่	โ	ะ	็	อ	โ	ร	บ	ล
ช	ง	ว	น	ก	ม	ฝ	เ	ส	ป	น	ี	้	า
ข	ร	ะ	จ	ิ	ม	ภ	ษ	ย	ญ	จ	ำ	น	ด
ค	ว	า	ม	ส	า	ม	้	ค	ค	ี	ภ	ท	ผ
บ	น	ก	ส	ส	ง	ป	ภ	ท	ว	ด	บ	ึ	ส
ณ	ท	ศ	ช	า	อ	ฟ	ห	ฝ	แ	ณ	ช	ก	ม
ผ	จ	ก	ฟ	ล	ร	ล	ี	ร	ิ	ค	ั	ล	ผ
แ	ฉ	ผ	ว	ค	้	ต	ษ	ศ	ท	ส	ด	ร	ส
ฉ	ผ	ท	ผ	ี	ก	โ	อ	เ	ป	ร	่	า	า
ะ	ว	ห	ง	จ	ั	น	็	ป	เ	ก	ไ	ส	น
พ	ฝ	ร	ี	ต	น	ด	ก	ั	น	ล	ผ	ย	ล

อัลบั้ม   ไมโครโฟน
บัลลาด   ดนตรี
ผสมผสาน   นักดนตรี
ความสามัคคี   โอเปร่า
โอ๊ะโอ่   การบันทึก
ตราสาร   บทกวี
คลาสสิก   จังหวะ
ลีริคัล   เป็นจังหวะ
ทำนอง   นักร้อง

9 - Vogels

ก	น	ค	แ	◌ู	ท	เ	พ	น	ก	ว	◌ิ	น	น
ป	ร	ก	อ	ท	ไ	ษ	ป	า	ฟ	ค	ช	ต	ก
ช	ท	ะ	ก	ฉ	ด	ผ	ศ	อ	ห	ห	ค	ะ	พ
ฟ	ภ	ฝ	ส	า	ค	ซ	ต	ภ	ต	ศ	ง	ฟ	◌ิ
เ	ป	็	ด	า	เ	ธ	ณ	ด	อ	ท	ซ	ล	ร
ก	ต	ช	ภ	ก	ง	ห	ฟ	ร	◌ี	เ	ก	า	า
ไ	ก	◌่	ง	ง	ฉ	ไ	ว	ณ	ก	ก	ย	ม	บ
ง	อ	ะ	◌ู	เ	จ	ป	ษ	◌่	า	อ	ล	◌ิ	ไ
ฟ	จ	เ	ย	ย	ญ	ช	ป	ผ	า	จ	ว	ง	พ
ต	ะ	น	ก	ก	ร	ะ	ท	◌ุ	ง	ะ	้	โ	ญ
ษ	ร	์	น	ไ	ภ	พ	า	ส	ะ	ร	ก	ก	น
า	ก	ส	ใ	ผ	ข	ห	ะ	ฝ	บ	ก	แ	ะ	า
น	า	ง	น	ว	ล	◌่	ต	ท	น	ก	ก	ฝ	◌่
ช	ท	ห	ภ	ห	น	ก	ฮ	◌ู	ก	น	น	ห	ห

นกพิราบ	นกกระสา
เป็ด	นกแก้ว
ไข่	นกยูง
ฟลามิงโก	นกกระทุง
ห่าน	เพนกวิน
ไก่	กระสา
นกกาเหว่า	นกกระจอกเทศ
อีกา	ทูแคน
นางนวล	นกฮูก
กระจอก	หงส์

10 - Universum

เ	ว	ค	ว	า	ม	ม	อืื	ด	ซ	ร	ซ	ม	แ
ส	ง	ด	จ	ง	ร	ข	จ	ก	ท	ช	ข	อ	ส
อ้	โ	ว	อ๊	ท	ห	ค	แ	ซ	ะ	ง	เ	ง	ง
น	ค	ง	ก	ล	โ	ก	อืื	ซ	ถ	ย	ย	เ	อ
แ	จ	จ	ร	ก	า	แ	ล	ก	ซ	อืี	อ่	ห	า
ว	ร	อ๊	ร	บ	ล	ท	ต	ว	ธ	อ	อ	อ๊	ท
ง	ผ	น	า	ก	ร	ะ	อ้	ฟ	แ	เ	า	น	อิ
พ	ร	ท	ศ	ป	ซ	ร	ต	อ	ย	ณ	ย	ไ	ต
เ	ผ	ร	อืี	ธ	ต	ซ	ย	อิ	ง	บ	อ้	ด	ย
ส	ภ	อ์	ฝ	ข	ย	ญ	พ	า	จ	ฟ	น	อ้	อ์
ภ	พ	ฉ	ย	ด	ภ	ด	ง	พ	ก	อู	อ้	ษ	ม
ด	า	ร	า	ศ	า	ส	ต	ร	อ์	า	ด	า	ข
ฟ	อ้	ง	ด	อู	ข	อ	บ	ฟ	อ้	า	ศ	ง	ซ
น	อ๊	ก	ด	า	ร	า	ศ	า	ส	ต	ร	อ์	ศ

ดาราศาสตร์	ขอบฟ้า
นักดาราศาสตร์	เอียง
บรรยากาศ	ฟังดู
วงโคจร	เส้นแวง
ละติจูด	ดวงจันทร์
จักรราศี	กาแลกซี่
ความมืด	มองเห็นได้
ซีกโลก	แสงอาทิตย์
ท้องฟ้า	อายัน

11 - Gezondheid en Welzijn #1

ค	ย	า	ไ	ล	ษ	ย	ต	อ	ไ	แ	ต	ก	ผ
ล	ญ	ใ	ค	ฮ	อ	ร	์	โ	ม	น	ง	า	่
่	แ	แ	ว	ข	บ	ห	ล	ศ	ผ	ห	ุ	ร	อ
อ	ค	ล	ิ	น	ิ	ก	ไ	ว	ร	ั	ส	บ	น
ง	แ	ก	ห	ด	แ	ะ	ศ	ฝ	จ	น	ม	ำ	ค
แ	บ	ฟ	ม	ผ	ร	ต	พ	ใ	ท	น	า	บ	ล
ค	ค	ก	า	ผ	้	ค	ก	ส	พ	ภ	ว	ั	า
ล	ท	แ	ว	ิ	า	จ	ด	ห	ก	น	ค	ด	ย
่	ี	ท	ค	ว	น	ษ	ย	ฉ	้	า	ฝ	เ	ง
ว	เ	บ	เ	ร	ข	อ	ท	ม	ห	ก	ท	ถ	แ
จ	ร	ศ	ะ	อ	า	ษ	ก	็	ร	ร	า	ก	แ
ไ	ี	ม	ธ	จ	ย	บ	า	ด	เ	จ	็	บ	ม
ฝ	ย	า	อ	ก	ย	ส	ะ	ท	้	อ	น	ก	ล
น	ิ	ส	ั	ย	า	อ	พ	ผ	ค	จ	ว	ว	ส

คล่องแคล่ว	ฮอร์โมน
ร้านขายยา	ผิว
แบคทีเรีย	คลินิก
การรักษา	บาดเจ็บ
แตกหัก	ยา
หมอ	ผ่อนคลาย
นิสัย	สะท้อน
ความหิว	การบำบัด
ความสูง	ไวรัส

12 - Camping

ป	ซ	ใ	ญ	น	ส	ร	ห	เ	ก	ก	แ	ธ	พ
ห	ม	ว	ก	ฝ	ร	ท	็้	ข	ท	า	ผ	ห	า
จ	ร	จ	ล	ป	่	า	า	ต	เ	ร	น	ม	ต
ธ	ส	น	ณ	อ	ย	ฉ	ง	ะ	ข	ผ	ท	ร	ท
ด	ว	ง	จ	ั้	น	ท	ร	์	็	จ	ือ	ล	ะ
ไ	ฟ	แ	ล	ม	ย	์	ล	ไ	ม	ญ	่	่	เ
ส	ร	ค	ช	ม	ไ	น	ษ	ย	ท	ภ	ท	า	ล
ห	แ	น	า	้	แ	็	ว	า	ิ	ั	ก	ส	ส
ภ	พ	ุ	ผ	ไ	ม	ต	ง	ญ	ศ	ย	อ	ั	า
ย	ู	ธ	ะ	น	ช	เ	ท	ส	ล	ฝ	ือ	ต	บ
ก	ษ	เ	า	้	พ	ล	ะ	ใ	ก	ป	ช	ว	ล
ณ	ร	ม	ข	ต	ะ	ธ	เ	ง	ย	ฟ	เ	์	พ
ท	ไ	เ	จ	า	ธ	ร	ร	ม	ช	า	ต	ิ	น
ส	ั	ต	ว	์	เ	ร	ือ	่	อ	ง	ร	า	ว

การผจญภัย	ล่าสัตว์
ภูเขา	แผนที่
ต้นไม้	แคนู
ป่า	เข็มทิศ
ไฟ	ดวงจันทร์
ห้าง	ทะเลสาบ
สัตว์	ธรรมชาติ
เปลญวน	เต็นท์
หมวก	เชือก
แมลง	เรื่องราว

13 - Algebra

เ	ต	่	น	ั	น	อ	ภ	ช	พ	ส	ป	ร	ข
ท	ด	้	ภ	ต	น	ต	ก	ฟ	น	เ	ร	จ	ษ
็	ต	ท	ว	ไ	ฝ	น	ส	้	เ	ง	ิ	ช	เ
จ	ฉ	พ	ำ	แ	ว	ง	เ	ล	็	บ	ม	ช	ก
อ	เ	ศ	ว	ผ	ท	ฝ	ไ	ร	เ	ฟ	า	ร	ก
อ	ไ	ว	ฉ	ภ	ณ	น	ข	ฉ	ร	ข	ณ	ป	ส
เ	ม	ต	ร	ิ	ก	ซ	์	ก	ป	ก	แ	้	า
ศ	แ	ฟ	ต	ญ	ส	ท	ฝ	อ	แ	า	ผ	ญ	ร
อ	ุ	ะ	ุ	ง	ม	ป	ต	ม	ว	ร	น	ห	ล
เ	น	น	ส	ธ	ก	ั	ก	พ	ั	ล	ภ	า	ะ
ค	ช	แ	ย	ง	า	จ	ณ	แ	ต	บ	า	ท	ล
อ	ะ	ท	ษ	์	ร	จ	บ	ค	แ	ส	พ	ก	า
ท	ล	ภ	ผ	ง	ท	ั	ษ	ร	ค	ล	ข	พ	ย
พ	ก	ร	ไ	ส	ซ	ย	เ	ศ	ษ	ส	่	ว	น

การลบ
แผนภาพ
ตัวแทน
ปัจจัย
สูตร
เศษส่วน
กราฟ
วงเล็บ
ปริมาณ
เชิงเส้น

เมตริกซ์
ศูนย์
อนันต์
สารละลาย
ปัญหา
รวม
เท็จ
ตัวแปร
ทำ
สมการ

14 - Activiteiten

```
ม  ม  ะ  เ  ว  ล  า  ว  ่  า  ง  ช  น  ย
า  ต  ส  ห  แ  ห  ช  ไ  จ  ย  ญ  ง  ไ  ข
ล  ก  า  ย  า  ม  ถ  า  น  ศ  ิ  ร  ป  อ
ฉ  า  ค  ซ  ฉ  ก  ไ  ล  พ  เ  ใ  น  ใ  ม
ภ  ร  า  ณ  ฟ  ช  ษ  ป  ช  ศ  ก  ซ  ด  ือ
า  ท  ว  แ  ย  บ  เ  ก  า  ิ  ิ  ม  ล  ือ
พ  ำ  ญ  ป  ซ  ฉ  ถ  ต  อ  ล  ม  ผ  บ  ฝ
ว  ส  ก  า  ร  เ  ย  ็  บ  ป  า  ย  บ  น
า  ว  ไ  ไ  ห  ช  ฉ  ฟ  ต  ะ  ร  ห  ผ  า
ด  น  า  ่อ  ร  า  ก  ไ  ษ  ซ  ง  ก  ง
ผ  ่อ  อ  น  ค  ล  า  ย  น  ก  เ  ถ  แ  ร
ล  ่า  า  ส  ัต  ว  ์ก  ัฟ  ศ  ัร
ก  ิ  จ  ก  ร  ร  ม  ห  ฟ  ท  อ  ภ  ษ  ก
ก  า  ร  ถ  ่อ  า  ย  ภ  า  พ  อ  บ  ะ  ธ
```

กิจกรรม
งานฝีมือ
ถัก
การถ่ายภาพ
เกม
ตกปลา
ล่าสัตว์
เซรามิก
ศิลปะ
การอ่าน

มายากล
การเย็บ
ผ่อนคลาย
ยินดี
ปริศนา
ภาพวาด
การทำสวน
ทักษะ
เวลาว่าง

15 - Diplomatie

เ	ค	ใ	ท	ฝ	เ	ช	ถ	ส	พ	ส	ส	ค	ค
บ	า	ว	ง	ฟ	ด	◌ุ	พ	ถ	ล	า	น	ว	ว
แ	ษ	น	า	ล	ต	ม	ศ	า	เ	ร	ธ	า	า
ภ	ข	ถ	◌่	ม	ง	ช	อ	น	ม	ล	◌ิ	ม	ม
ใ	า	ษ	ย	ฝ	ซ	น	ผ	ท	◌ื	ะ	ส	ข	ย
บ	ฉ	ษ	อ	ง	ย	◌ื	ภ	◌ุ	อ	ล	◌ั	◌ั	◌ุ
ภ	แ	ห	า	จ	ร	จ	◌่	ต	ง	า	ญ	ด	ต
ง	อ	◌ื	ม	เ	ร	า	ก	อ	ง	ย	ญ	แ	◌ิ
ร	◌ั	ฐ	บ	า	ล	◌ิ	ร	ธ	ส	เ	า	ย	ธ
ณ	ว	ศ	ท	ธ	ก	ษ	ย	พ	จ	◌ั	ด	◌้	ร
บ	แ	ว	จ	ภ	ผ	พ	ฟ	ธ	ค	ย	ต	ง	ร
ท	◌ื	◌่	ป	ร	◌ึ	ก	ษ	า	ร	ว	ด	ย	ม
น	◌ั	ก	ก	า	ร	ท	◌ุ	ต	ข	ร	ด	ป	◌์
จ	ข	ค	ม	ร	ร	ธ	ย	ษ	◌ุ	น	ม	ผ	า

ที่ปรึกษา

สถานทูต

พลเมือง

ความขัดแย้ง

นักการทูต

อย่าง

จริยธรรม

ชุมชน

ความยุติธรรม

มนุษยธรรม

ความซื่อสัตย์

สารละลาย

การเมือง

รัฐบาล

ภาษา

สนธิสัญญา

16 - Astronomie

น	ั	ก	ด	า	ร	า	ศ	า	ส	ต	ร์	ก
ท	้	อ	ง	ฟ	้	า	ล	ว	ิ	บ	น	เ	เ
น	ห	ษ	า	บ	ด	ค	ร	า	ส	ป	ป	ด	ท
ั	อ	ด	ฉ	ว	ศ	ว	า	ด	ม	่	ฺ	ล	ก
ก	ด	ะ	า	ส	แ	ฝ	ง	ภ	น	ต	ร	ถ	ล
บ	ฺ	ล	า	ว	ร	ก	ั	จ	ฉ	อ	พ	ฉ	โ
ิ	ด	ซ	ซ	ท	เ	ต	ธ	ณ	ั	ะ	ข	ศ	อ
น	า	ด	า	ว	ย	ค	ช	อ	ษ	น	ล	ี	ศ
อ	ว	บ	ณ	ด	ก	ง	ร	า	ต	ห	ท	า	ษ
ว	จ	ร	ว	ด	า	ว	ฝ	า	ห	ณ	ส	ร	ษ
ก	ร	ั	ง	ส	ี	ว	ฟ	แ	ะ	ไ	แ	ร	์
า	ด	า	ว	ห	า	ง	ต	ล	ส	ห	ญ	ก	ผ
ศ	ว	ิ	ษ	ฺ	ว	ั	ต	ก	า	ท	์	ั	ณ
ผ	ฉ	ท	ด	า	ว	เ	ท	ี	ย	ม	ไ	จ	า

โลก
นักบินอวกาศ
นักดาราศาสตร์
จักรราศี
วิษุวัต
ท้องฟ้า
ดาวหาง
ดวงจันทร์
ดาวตก
เนบิวลา

หอดูดาว
ดาวเคราะห์
จรวด
ดาวเทียม
ดาว
กลุ่มดาว
รังสี
จักรวาล
คราส

17 - Emoties

ษ	ต	ร	ใ	ไ	บ	ฝ	บ	ร	ใ	ส	แ	ส	เ
ย	ท	อื	ข	บ	ง	ส	ม	า	ว	ค	ผ	น	น
ล	ะ	ะ	อ่	พ	ส	ว	อั	ล	ก	ห	อ่	เ	อื
ย	า	ล	ค	น	อ	อ่	ผ	น	ต	ช	ว	ม	อ้
ธ	ซ	จ	ผ	ช	เ	ฉ	ฉ	น	ต	ค	ๆ	ฉ	อ
ต	อ	ญ	อุ	ญ	อ้	ต	ก	ค	ผ	อิ	ร	น	ห
ส	ด	ง	ษ	ร	ย	ซ	อ้	ค	ไ	ษ	ภ	อ้	า
ค	ว	า	ม	โ	ก	ร	ธ	น	จ	อ	ย	า	ก
เ	ซ	อ	ร์	ไ	พ	ร	ส	อ์	อ่	ก	ป	พ
ค	ว	า	ม	เ	ม	ต	ต	า	พ	อื	ฉ	แ	ก
ค	ว	า	ม	เ	ศ	ร	อ้	า	ร	บ	ณ	ธ	ไ
ก	า	ร	บ	ร	ร	เ	ท	า	ย	เ	น	ก	ซ
ด	ถ	ง	ท	ถ	ม	ห	เ	ร	ว	ง	น	ก	ด
ษ	ส	ษ	แ	ส	พ	อ	ใ	จ	ห	ช	ผ	เ	ศ

กลัว   ความสงบ

กตัญญ   แผ่วๆ

ความเศร้า   พอใจ

เนื้อหา   เซอร์ไพรส์

สงบ   เบื่อ

รัก   สันติภาพ

ผ่อนคลาย   จอย

ตื่นเต้น   ความเมตตา

การบรรเทา   ความโกรธ

18 - Vakantie #2

ส	อ	ษ	แ	ว	ถ	ป	ป	ร	ถ	ไ	ฟ	เ	เ
น	ศ	แ	ผ	ป	ต	ใ	บ	ล	ะ	ใ	ล	ท	ต
า	ซ	◌ี	◌ี	ว	ก	ต	ง	ะ	า	ก	เ	ธ	◌็
ม	ข	บ	ช	า	ย	ห	า	ด	จ	ย	ะ	ธ	น
บ	แ	เ	ฉ	จ	แ	ภ	ษ	เ	ข	อ	ท	ว	ท
◌ิ	ท	ถ	◌ุ	ภ	ซ	ถ	ธ	ง	ข	ฝ	ง	า	◌์
น	◌็	เ	ข	ภ	ก	า	ร	ข	น	ส	◌่	ง	ง
ม	ก	เ	ว	ล	า	ว	◌่	า	ง	ป	ว	ผ	ม
ญ	ซ	ร	◌้	า	น	อ	า	ห	า	ร	◌้	ป	พ
า	◌ี	โ	ร	ง	แ	ร	ม	ถ	ศ	ะ	น	ญ	แ
ฉ	◌่	ต	◌่	า	ง	ช	า	ต	◌ิ	ย	ห	ะ	เ
ส	ส	แ	ผ	น	ท	◌ี	◌่	ใ	ส	ง	ย	ย	เ
ก	า	ร	เ	ด	◌ิ	น	ท	า	ง	ย	◌ุ	ฟ	ฝ
ช	า	ว	ต	◌่	า	ง	ช	า	ต	◌ิ	ด	ค	ฟ

ภูเขา	ร้านอาหาร
ปลายทาง	ชายหาด
ชาวต่างชาติ	แท็กซี่
ต่างชาติ	เต็นท์
เกาะ	รถไฟ
โรงแรม	วันหยุด
แผนที่	การขนส่ง
สนามบิน	วีซ่า
การเดินทาง	เวลาว่าง
จอง	ทะเล

19 - Weersomstandigheden

พ	า	ย	◌ุ	เ	ฮ	อ	ร	◌ิ	เ	ค	น	น	ท
ส	ษ	ช	น	ธ	ร	ฟ	ล	ด	ข	ม	ง	◌้	◌้
ง	ภ	ข	ป	ห	ท	ศ	ถ	อ	เ	ศ	ช	ำ	อ
ด	โ	า	น	ร	์	อ	ท	◌ุ	ย	า	พ	ท	ง
ด	ญ	ผ	พ	น	ด	ล	ง	ท	น	อ	ญ	◌่	ฟ
ณ	ม	◌่	ณ	อ	ว	ศ	อ	ซ	◌้	ม	ล	ว	◌้
เ	ถ	า	ห	◌้	า	า	ร	ซ	ำ	◌ิ	จ	ม	า
โ	ธ	◌้	ล	ร	ล	ก	◌้	บ	แ	ภ	ห	บ	ส
ล	พ	ฟ	ถ	ต	ค	า	า	ไ	ข	◌ุ	ต	บ	พ
ง	◌้	ล	แ	ข	ว	ย	◌้	ศ	◌็	ห	ม	อ	ก
ะ	ม	ก	า	เ	ค	ร	ฟ	า	ง	ณ	◌ุ	ญ	ค
ช	◌ื	◌้	น	ร	ศ	ร	ย	ภ	ท	◌ุ	ส	ส	ษ
ต	ป	ณ	ธ	ห	์	บ	ง	บ	ศ	อ	ร	ต	ง
พ	า	ย	◌ุ	ส	า	ย	ร	◌ุ	◌้	ง	ม	ย	ซ

บรรยากาศ	น้ำท่วม
ฟ้าผ่า	โพลาร์
ฟ้าร้อง	สายรุ้ง
แล้ง	พายุ
ท้องฟ้า	อุณหภูมิ
น้ำแข็ง	พายุทอร์นาโด
สภาพอากาศ	เขตร้อน
หมอก	ชื้น
มรสุม	ลม
พายุเฮอริเคน	คลาวด์

ก	ล	ด	จ	ง	ษ	ภ	ม	ญ	ก	ม	ส	ต	ก
ข	อี	ษ	ธ	ป	ภ	ญ	ะ	ไ	ค	ล	พ	ศ	ฉ
ผ	ไ	ว	ล	อ้	อิ	ป	เ	ป	อ	แ	อ้	อ	น
ด	พ	ณ	อี	ย	อ	อื	ข	เ	ะ	ม	ส	ว	ก
ก	ก	ม	ห	อ่	ญ	อ	อื	ซ	ต	ฮ	อ้	ข	ย
ด	อ์	น	อ	ม	ล	อ้	อ	ไ	ศ	แ	ป	อ้	ข
พ	ง	อ่	ไ	ข	อ่	ศ	เ	ษ	ก	ก	ป	า	ธ
ม	อ้	อุ	แ	ต	ผ	ห	ท	ไ	พ	อ่	ะ	ว	า
ล	ป	ง	ม	ส	ธ	ง	ศ	ไ	อี	ส	ร	ส	ห
า	ม	อ	ป	ไ	ศ	ป	ล	า	ช	ธ	ด	า	ข
หน	อ่	อ	ไ	ม	อ้	ฝ	ร	อ้	อ่	ง	ล	พ	
จ	ข	ซ	น	ข	อ้	า	ว	พ	ช	อี	ส	อี	ท
บ	ร	อ	ก	โ	ค	ล	อื	ษ	แ	บ	ว	ณ	ช
ล	เ	ถ	เ	เ	โ	ย	เ	ก	อิ	ร	อ์	ต	พ

อัลมอนด์	แฮม
สับปะรด	ชีส
แอปเปิ้ล	ไก่
หน่อไม้ฝรั่ง	กีวี
มะเขือ	พีช
กล้วย	ข้าว
บรอกโคลี	ข้าวสาลี
ขนมปัง	มะเขือเทศ
องุ่น	ปลา
ไข่	โยเกิร์ต

21 - Klimmen

ค	ง	บ	ม	ป	ญ	ห	ะ	ญ	ภ	ง	ร	ด	ร
ว	ต	บ	ร	ห	ก	พ	ค	ล	ฉ	ผ	ม	ถ	อ
า	อ	ค	บ	ร	แ	ซ	ะ	ไ	ณ	ต	ไ	ย	ง
ม	ม	แ	อ	ภ	ย	ด	ณ	ไ	ไ	ไ	ไ	ว	เ
อ	ือ	า	ร	จ	ผ	า	ภ	น	ร	ฝ	ศ	ณ	ท
ย	ง	เ	า	ง	ด	ฝ	ก	ข	ท	บ	ณ	ร	้
า	ุ	แ	ก	ด	ธ	ห	ล	า	จ	็	จ	ล	า
ก	ถ	ค	ำ	แ	น	ะ	น	ำ	ศ	จ	อ	ก	บ
ร	ถ	้	ภ	◌	ม	ิ	ป	ร	ะ	เ	ท	ศ	ู
ู	ศ	ษ	ำ	ไ	ต	ป	ฟ	พ	แ	ด	ช	ธ	ท
้	ท	น	ร	ญ	ล	ณ	ผ	บ	ซ	า	ม	ป	ษ
ค	ว	า	ม	ม	้	่	น	ค	ง	บ	ไ	บ	ฉ
ฉ	ฉ	แ	ซ	ก	อ	แ	ผ	น	ท	ี	่	น	า
ท	า	ง	ก	า	ย	ภ	า	พ	ส	ณ	พ	ล	ฟ

บรรยากาศ	รองเท้าบูท
ทางกายภาพ	บาดเจ็บ
คำแนะนำ	ความอยากรู้
ถ้ำ	การอบรม
ถุงมือ	แคบ
แผนที่	ความมั่นคง
แรง	ภูมิประเทศ

22 - Restaurant #1

ข	ไ	ฟ	ธ	ย	ล	ว	ข	แ	ภ	ษ	ด	แ	ญ
ผ	น	ผ	ม	ซ	ว	วั	ร	ค	ดู	ห	ภ	ไ	ญ
ว้	ก	ม	ไ	อ	จ	ก	า	ช	มิ	ไ	จ	ฟ	ซ
า	า	ส	ป	ส	ข	ะ	ห	เ	อิ	ธ	ก	ฟ	ซ
เ	ร	ผ	พ	วั	ห	เ	า	ช	แ	ด	ข	ดํ	ก
ช	จ	น	แ	ง	ง	ม	อ	อี	พ	ข	น	ม	า
ชึ	อ	ว	อ	วั	อี	น	เ	ย	อั	บ	ะ	า	แ
ด	ง	ดี	ก	อิ	น	อู	จ	ร	ผ	ฟ	ฟ	ช	ฟ
ป	ผ	ส	ษ	ผ	ษ	ข	า	อ์	ษ	า	ะ	ด	ห
า	ฟ	ร	อ์	ส	อิ	เ	น	า	ง	ก	อั	น	พ
ก	ล	ญ	เ	ษ	ด	ร	ร	ถ	ส	ช	ศ	ผ	น
ม	แ	บ	ท	ล	ถ	ฟ	ซ	ไ	ช	แ	ร	ฝ	ซ
อ	อี	จ	ผ	ษ	ว	เ	แ	น	า	ร	ท	ษ	ท
เ	พ	ด	อึ	ผ	เ	เ	ซ	ห	ศ	ก	ส	ย	จ

ภูมิแพ้	เมนู
จาน	มีด
ขนมปัง	เผ็ด
กิน	การจอง
ส่วนผสม	ซอส
แคชเชียร์	พนักงานเสิร์ฟ
ครัว	ผ้าเช็ดปาก
ไก่	ขนม
กาแฟ	เนื้อ
ชาม	อาหาร

23 - Geologie

ญ	พ	ท	ศ	ค	ซ	ถ	ช	ถ	้	ำ	ผ	ย	ห
เ	ร	ี	พ	ศ	ภ	ว	ไ	ร	ฝ	ก	ต	ก	ิ
ะ	น	่	ฝ	บ	ข	จ	ว	จ	ณ	ร	ญ	ผ	น
ง	ั	ร	า	ก	ะ	ป	ี	ว	ท	น	ก	ไ	ย
อ	ณ	า	ฝ	ว	ย	เ	ก	ล	ื	อ	โ	ก	้
ฉ	ะ	บ	ภ	ห	า	ว	ฟ	ต	ฉ	่	ซ	เ	อ
ญ	ป	ส	ุ	ไ	พ	ล	อ	่	ว	ร	น	ซ	ย
ฟ	แ	ู	เ	น	ด	ห	ส	ส	เ	ช	้	อ	ไ
ษ	อ	ง	ข	ด	ณ	เ	ซ	ิ	ก	ฟ	ั	ร	แ
ห	ิ	น	า	ิ	อ	ร	ิ	ร	ศ	ร	ช	่	ผ
ข	อ	ด	ไ	น	พ	ค	ล	ค	ค	ห	ด	ล	น
ถ	ใ	ส	ฟ	่	ค	ว	อ	ท	ซ	์	ต	ซ	ใ
แ	ภ	พ	ช	ผ	แ	ค	ล	เ	ซ	ี	ย	ม	ณ
ต	อ	า	เ	แ	ร	ฝ	ใ	ษ	ง	ซ	ถ	า	ง

แผ่นดินไหว   ควอทซ์
แคลเซียม   ชั้น
ทวีป   ลาวา
ร่อน   ที่ราบสูง
ฟอสซิล   หินย้อย
ไกเซอร์   หิน
เหลว   ภูเขาไฟ
ถ้ำ   โซน
ปะการัง   เกลือ
คริสตัล   กรด

24 - Specerijen

ก	า	ห	ญ	้	า	ฝ	ร	้	่	น	ท	ใ	ก
ก	ร	ช	ผ	ั	ก	ช	ื	น	ด	ซ	เ	ฉ	ร
้	่	ะ	อ	บ	เ	ช	ย	ั	ณ	ไ	ค	ฟ	ะ
็	ห	ก	ว	ร	ช	ะ	ท	ท	ผ	ผ	ญ	ฟ	เ
ย	ย	ม	า	า	ภ	ม	ญ	เ	ศ	ง	ิ	ข	ท
็	ี	ว	ข	น	น	ด	ร	ม	ซ	ย	จ	ศ	ี
ป	่	ร	น	ศ	พ	ส	ม	็	ฟ	ี	า	ธ	ย
โ	ด	ร	ร	ิ	ข	ุ	ค	ก	ศ	่	ถ	พ	ม
ล	็	บ	ส	ม	ล	ศ	ล	ญ	ะ	ห	ถ	อ	ก
ฝ	ม	ข	ช	ท	ท	า	ถ	ฉ	ข	ร	ป	ี	ฝ
ธ	เ	ง	า	ห	้	ว	ห	อ	ม	่	ห	ล	ไ
ข	ส	ษ	ต	อ	ห	ว	า	น	ธ	า	แ	ก	ง
ก	ว	ส	ิ	เ	ฟ	น	ุ	ก	ร	ี	ก	เ	พ
ล	ด	ด	จ	ท	ข	ป	า	ป	ร	ิ	ก	้	า

โป๊ยกั๊ก	กานพลู
ขม	นัทเม็ก
เฟนูกรีก	ปาปริก้า
ขิง	หญ้าฝรั่น
อบเชย	รสชาติ
กระวาน	หัวหอม
แกง	วนิลา
กระเทียม	เม็ดยี่หร่า
ผงยี่หร่า	หวาน
ผักชี	เกลือ

25 - Groenten

พ ผ ม ต ล ฟ า บ ไ ม ว ล ห ห
น ั ห อ ม ท ั ม ะ เ ข ื อ ั
บ ก ใ ข ฝ า ว ก ง ต แ ก ข ว
ค ช ็ โ ิ ต า อ ท ร ญ ร ื ผ
ธ ี บ ถ ั ่ ว ภ ต อ ฟ ะ ้ ั
ห ฝ ย ฟ ด ศ ภ ล ม ฝ ง เ น ก
ศ ร ข ิ ง ส ล ั ด ม ธ ท ฉ ก
ฝ ั ม ะ เ ข ื อ เ ท ศ ี ่ า
ฟ ่ ผ ั ก โ ข ม ม ภ ฝ ย า ด
ฝ ง ห ั ว ห อ ม ฉ ะ ฝ ม ย ็
ห ั ว ไ ช เ ท ้ า ย ก แ ร ห
บ ร อ ก โ ค ล ี ใ ญ จ อ ช เ
อ แ ค ร อ ท ษ ง ด พ จ ด ก ย
ต ด ญ ป ด ไ ธ ฉ ธ จ พ ไ ง ว

อาติโช๊ค   ฟักทอง
มะเขือ   หัวผักกาด
บรอกโคลี   หัวไชเท้า
ถั่ว   สลัด
ขิง   ขึ้นฉ่าย
กระเทียม   หอม
แตงกวา   ผักโขม
มะกอก   มะเขือเทศ
เห็ด   หัวหอม
ผักชีฝรั่ง   แครอท

26 - Archeologie

ไ	บ	ด	ภ	ค	ส	ฉ	ส	ศ	พ	ผ	จ	ว	ญ
ซ	ล	ร	ก	พ	ม	ฉ	์	ต	ก	ข	ต	ง	า
น	ั	ะ	ไ	ท	ั	ฉ	ย	ห	อ	ล	ย	ย	ไ
ส	ก	ป	ช	ถ	ย	ฟ	ร	พ	น	ด	ษ	ส	ต
ห	ื	ญ	ร	อ	โ	บ	า	ร	ท	่	ม	ไ	ท
แ	ล	ค	เ	ฝ	บ	ย	จ	ั	ว	ิ	ก	ั	น
อ	ม	ุ	ะ	ร	ร	ศ	า	ฟ	อ	ต	อ	อ	า
ฝ	า	ย	ม	จ	า	ว	ร	ผ	อ	ล	พ	ฉ	ล
ล	ว	ร	น	ฝ	ณ	ล	ต	ย	ช	ส	ช	ฝ	ห
ื	ค	ภ	ย	ด	ั	ว	ส	เ	ศ	ษ	ซ	ล	ก
ม	เ	บ	ท	ธ	ะ	ง	า	ไ	ฉ	ส	ม	ิ	ุ
ว	ั	ต	ถ	ุ	ร	ต	ศ	ช	แ	จ	ช	ไ	ล
ส	แ	ก	ุ	ด	ะ	ร	ก	พ	ษ	ว	เ	ส	ย
ะ	ห	ศ	ช	ไ	ย	ผ	ม	ี	ท	ษ	ย	า	ญ

อารยธรรม	ไม่ทราบ
กระดูก	นักวิจัย
ฟอสซิล	สมัยโบราณ
เศษ	ศาสตราจารย์
หลุมฝังศพ	ทีม
ความลึกลับ	วัด
ลูกหลาน	ยุค
วัตถุ	ลืม

27 - Mythologie

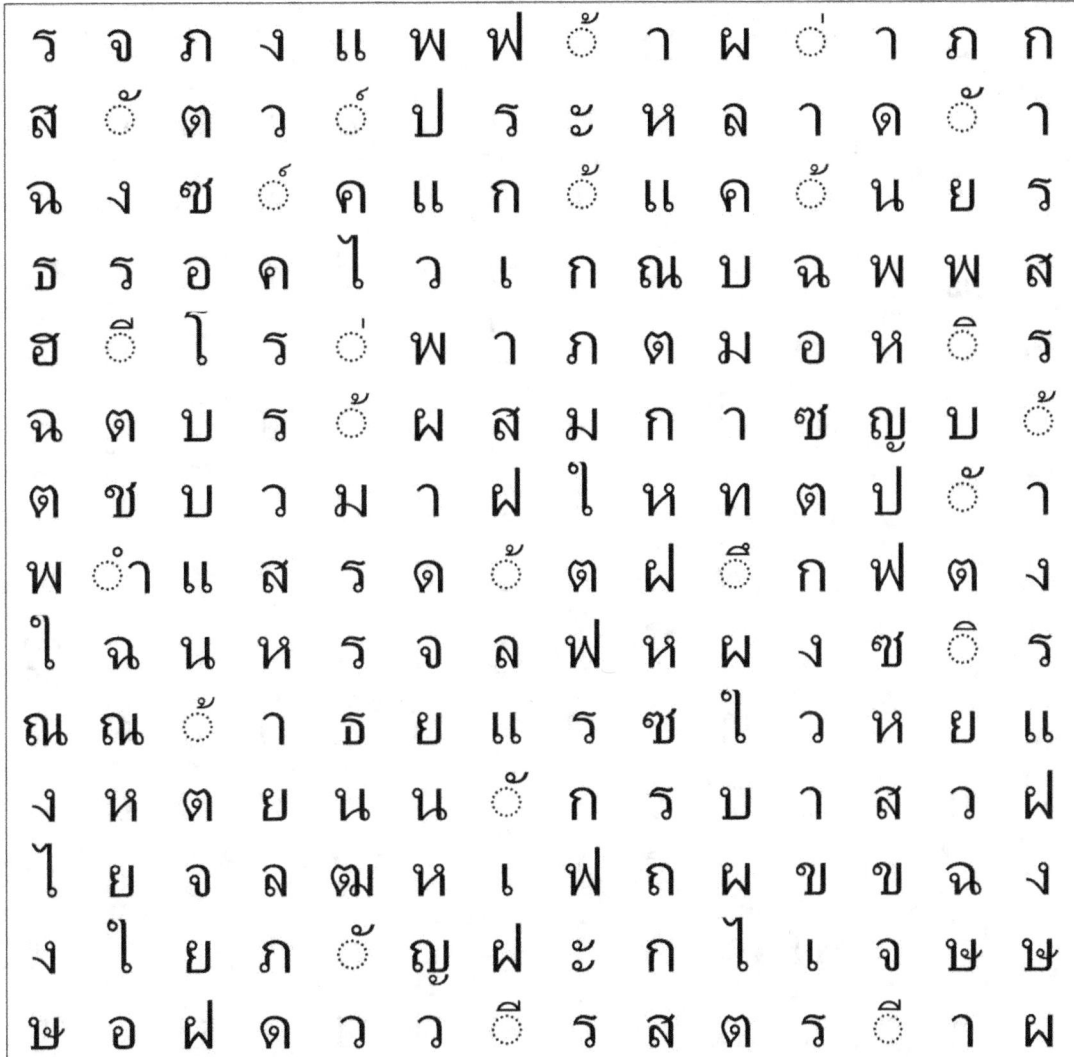

ต้นแบบ   ความหึงหวง
ฟ้าผ่า   แรง
การสร้าง   นักรบ
วัฒนธรรม   ตำนาน
ฟ้าร้อง   สัตว์ประหลาด
เขาวงกต   อมตภาพ
ฮีโร่   ภัยพิบัติ
วีรสตรี   ยแร
สวรรค์   แก้แค้น

28 - Eten #1

ม	อ	ห	ว	ั้	ห	ล	ู	ก	แ	พ	ร	์	เ
้	ะ	บ	พ	ฉ	เ	ก	ล	ือ	อ	ซ	ม	ส	ฝ
ไ	ท	น	ผ	ั่	ก	โ	ข	ม	แ	ค	ร	อ	ท
ล	ุ	ฝ	า	พ	ะ	ร	ห	โ	ป	ก	แ	พ	ฝ
ผ	น	ไ	บ	ว	แ	อ	ป	ร	ิ	ค	อ	ท	ส
ำ	่	ช	ษ	ป	ฉ	จ	ุ	ญ	ฉ	ธ	ไ	ญ	ล
้	า	ฟ	น	น	อ	ไ	ซ	อ	ถ	บ	ไ	ธ	ั
น	ก	า	แ	ฟ	้	ภ	บ	ฉ	บ	ด	ช	ศ	ด
อ	ฝ	จ	จ	ค	ือ	ำ	ญ	ว	อ	เ	แ	ค	ญ
ษ	ฟ	ซ	ง	ต	น	ฝ	ต	ช	พ	ก	ช	ฝ	า
ป	ย	์	ล	่	เ	ื	ร	า	บ	ท	บ	ย	ท
ถ	้	่	ว	ล	ิ	ส	ง	ค	ล	ค	จ	ถ	พ
จ	ก	ล	ฟ	ถ	ก	ไ	ษ	ม	ล	ไ	ผ	ป	ห
ก	ระ	ะ	เ	ท	ีย	ย	ม	น	ช	ญ	ภ	ะ	เ

แอปริคอท   สลัด
โหระพา   น้ำผลไม้
มะนาว   ซุป
บาร์เล่ย์   ผักโขม
อบเชย   น้ำตาล
กระเทียม   ทูน่า
กาแฟ   หัวหอม
นม   เนื้อ
ลูกแพร์   แครอท
ถั่วลิสง   เกลือ

29 - Avontuur

```
ก ญ ษ ซ า ษ ฟ ไ า ะ ท ก ร น
ย า ท า ้ ท ม า ว ค ้ า น ่
อ ห ร ค อ อ จ ข ส ย ศ ร ไ า
จ า ท ต ว ง อ ่ ร ำ น เ ป แ
ค ้ ค ิ ร า ข ส ถ ไ ศ ด ล ป
ว ล ว ก โ ะ ม พ ห ห ึ ิ า ล
า ก า ป แ อ เ ป ง ม ก น ย ก
ม ม ม ด แ ข ก ต ล ่ ษ ท ท ไ
ง า ย ิ ศ ช บ า ร อ า า า จ
า ว า ผ ร อ ส จ ส ื ด ง ง ส
ม ค ก ก ิ จ ก ร ร ม ย ภ ค ว
อ ้ น ต ร า ย อ พ ก ย ม ้ ป
ธ ร ร ม ช า ต ิ แ บ ไ ถ ล ย
ม เ ื ่ อ น ร ร ล ช ถ แ ล
```

กิจกรรม
ปลายทาง
ทัศนศึกษา
อันตราย
โอกาส
ความกล้าหาญ
ความยาก
ธรรมชาติ
นำร่อง
ใหม่

ผิดปกติ
การเดินทาง
ความงาม
ความท้าทาย
ความปลอดภัย
น่าแปลกใจ
การตระเตรียม
จอย
เพื่อน

30 - Circus

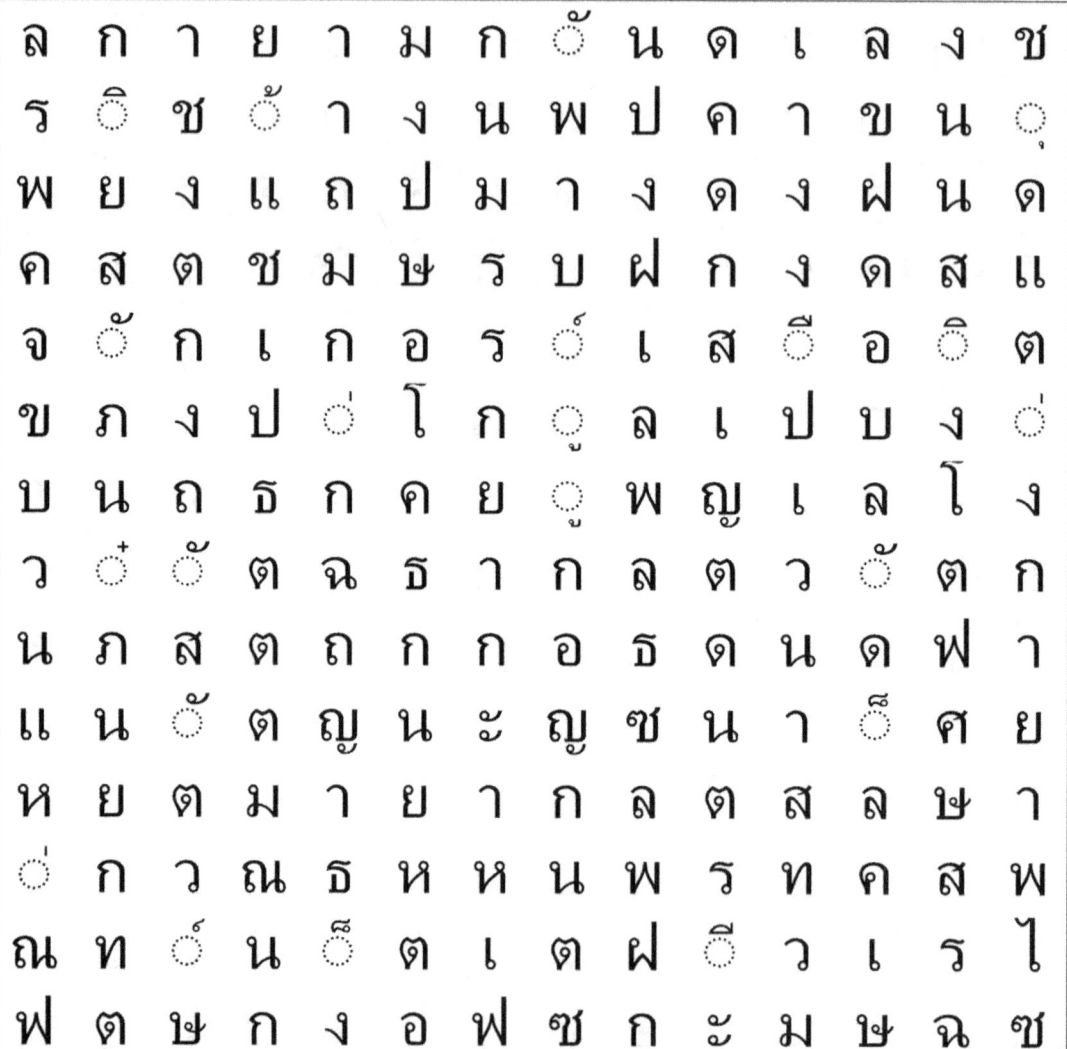

ลิง	สิงโต
กายกรรม	มายากล
ลูกโป่ง	ดนตรี
ตัวตลก	ช้าง
สัตว์	ขบวนแห่
นักมายากล	ลูกอม
จักเกอร์	งดงาม
ตั๋ว	เต็นท์
ชุดแต่งกาย	เสือ
แสดง	เคล็ดลับ

31 - Restaurant #2

อ	ด	ฟ	ม	ด	ือ	อ่	ง	อ	อ่	ือ	ร	ค	เ
า	อ้	ค	ต	ส	ซ	ฝ	ธ	า	ข	เ	ก	อ้	ผ
ห	ล	า	บ	น	อ้	อฺ	ศ	ห	ไ	ก	อิ	ธ	แ
า	ส	ป	น	อ้	อำ	อ	ป	า	ย	ล	ร	ข	ห
ร	น	อ	อ	ด	ข	ือ	ม	ร	ภ	ือ	บ	ม	ร
ก	อ้	ถ	อ้	ม	ก	อ้	ค	เ	ไ	อ	เ	ช	ฉ
ล	อำ	ง	ช	ฉ	ล	า	ฝ	ย	ศ	ล	ะ	ภ	ษ
า	แ	ฝ	ค	ธ	ถ	อ้	ฝ	อ็	ผ	ล	ไ	ม	อ้
ง	ข	ถ	ข	ญ	ถ	ก	ษ	น	า	ใ	อ	ห	ธ
ว	อ็	ฟ	แ	ศ	ท	เ	ง	อ	อ่	ือ	ร	ค	เ
อ้	ง	ด	จ	ก	อ่	ว	ย	เ	ต	ือ	อ่	ย	ว
น	ศ	บ	า	อ	ร	อ่	อ	ย	ง	ส	แ	ม	ไ
ญ	ร	ถ	บ	ฟ	ฉ	ง	จ	ไ	ไ	ร	ะ	ว	ร
ง	น	ส	ถ	อ	ไ	ญ	ศ	ว	น	ด	บ	ซ	จ

เค้ก	ก๋วยเตี๋ยว
อาหารเย็น	บริกร
เครื่องดื่ม	สลัด
ไข่	ซุป
ผลไม้	เครื่องเทศ
ผัก	เก้าอี้
อร่อย	ปลา
น้ำแข็ง	ส้อม
ช้อน	น้ำ
อาหารกลางวัน	เกลือ

32 - De Media

ข ณ ต ป ษ ว ก า ร ศ ึ ก ษ า
เ ้ ห ห ธ ิ ะ ณ ร า ธ า ส อ
ล ด อ ธ ศ ท ก แ า ฉ บ ย ร ภ
ภ ค จ เ ไ ย บ ส ส ข บ ะ ศ ข
ท ห ะ ฉ ท ุ เ ต อ า ธ ้ ต ด
โ ้ ฝ แ ท ็ ณ ม ่ ญ ร ท บ ิ
ท น ศ ์ ุ ข จ ภ ื ญ ไ ่ ร จ
ร ็ ข น น ท ภ จ ส ป ค อ า ิ
ท ห ร ล ค ะ ว ญ ร ้ ฉ ง ย ท
้ เ ล ไ บ ต ญ ถ า ิ ท ถ บ ้
ศ ม า น ผ ง ิ ใ ก ต ง ิ ุ ล
น า ท อ โ ฆ ษ ณ า ส ล ่ ค ถ
์ ว ฟ อ น ิ ต ย ส า ร น ค ะ
เ ค ร ื อ ข ่ า ย ห จ ด ล ศ

โฆษณา   ท้องถิ่น
การสื่อสาร   ความเห็น
ดิจิทัล   เครือข่าย
ฉบับ   การศึกษา
ข้อเท็จจริง   ออนไลน์
ทุน   สาธารณะ
ทัศนคติ   วิทย
รายบุคคล   โทรทัศน์
สติปัญญา   นิตยสาร

33 - Bijen

ด	น	ง	ส	ะ	ก	ญ	ฉ	ว	ร	ง	ค	เ	แ
ฉ	ว	ม	ล	หึ	ผ	แ	บ	ว	ะ	ท	ว	ป	ภ
ท	ผ	ง	ผ	อึ	อ้	อ้	อี	ข	บ	เ	า	อ็	า
บ	พ	ล	อ	ร	ษ	ส	ส	ค	บ	ป	ม	น	า
ฝ	ก	ม	ฉ	า	จ	ด	แ	น	นี	ห	ป	ร
ฝ	ต	แ	อ	ห	ท	ช	อ	ณ	อิ	ก	ล	ร	อ้
ฝ	ะ	น	อ	า	จ	อิ	ภ	ก	เ	ท	า	ะ	ง
ม	แ	ล	ง	อ	ไ	ก	ต	ซ	ว	ถ	ก	โ	ธ
ง	ร	อ	ผ	ป	ต	ก	ร	ย	ศ	พ	ห	ย	ไ
ถ	ม	ว	อึ	เ	ร	ณ	อุ	ณ	อ์	อี	ล	ช	ถ
ค	ฟ	ศ	อ้	ม	ไ	ล	ผ	ร	ม	ช	า	น	ะ
ข	ว	ล	อำ	ด	อ	ก	ไ	ม	อ้	ท	ย	อ์	ธ
ศ	ภ	อ้	อ้	ส	ว	น	แ	ก	ล	ก	ฉ	ะ	ธ
พ	ท	ค	น	อี	ว	ค	แ	า	ร	ง	ต	ญ	า

รัง	พืช
ดอกไม้	ควัน
ดอก	เรณู
ความหลากหลาย	สวน
ระบบนิเวศ	ปีก
ผลไม้	อาหาร
น้ำผึ้ง	เป็นประโยชน์
แมลง	ขี้ผึ้ง
ควีน	ดวงอาทิตย์

34 - Wandelen

ห	น	ก	ง	ต	ำ	้	น	ธ	า	อ	ษ	ศ	ซ
ท	ย	า	ร	ต	น	้	อ	ผ	า	พ	จ	ษ	ค
ภ	์	ร	ผ	ห	ะ	ป	ฐ	ม	น	ิ	เ	ท	ศ
ุ	ต	ต	พ	น	น	ท	เ	ซ	ษ	ไ	บ	ต	ส
ม	ิ	ร	ร	้	แ	บ	ค	ต	ล	ไ	จ	พ	ฝ
ิ	ท	ะ	แ	ก	ำ	ู	ร	ผ	ญ	ห	ไ	ไ	ก
อ	า	เ	า	ผ	ค	า	ข	เ	ู	ภ	ิ	ญ	จ
า	อ	ต	ษ	ษ	น	้	ย	ฺ	ง	พ	ษ	น	ณ
ก	ง	ร	ข	พ	ห	ท	เ	ห	น	ื	่	อ	ย
า	ว	ี	ธ	อ	น	เ	ี	ห	น	้	า	ผ	า
ศ	ด	ย	ญ	ง	ท	ง	ท	่	ส	ั	ต	ว	์
ธ	ว	ม	ง	ง	อ	อ	จ	ศ	ต	จ	ณ	ย	อ
ช	ย	ค	ป	่	า	ร	พ	ณ	อ	บ	ม	ธ	ะ
บ	ค	ส	ภ	า	พ	อ	า	ก	า	ศ	ภ	ะ	ศ

ภูเขา	ยุง
สัตว์	ปฐมนิเทศ
อันตราย	หิน
คำแนะนำ	การตระเตรียม
แผนที่	น้ำ
หน้าผา	สภาพอากาศ
ภูมิอากาศ	ป่า
รองเท้าบูท	ดวงอาทิตย์
เหนื่อย	หนัก

35 - Ecologie

ก	ศ	อ	ศ	พ	ใ	ว	ณ	ช	ส	ย	ท	ค	ท
เ	า	ภ	บ	ถ	ือ	ป	ล	ส	ั	ไ	ั	ว	ือ
ป	ก	ร	ข	ฉ	า	ช	ค	ฟ	ต	ย	่	า	่
็	า	ก	อ	ย	ข	จ	ฉ	ห	ว	ภ	ว	ม	อ
น	อ	จ	ห	ย	เ	ฟ	ส	บ	์	ิ	โ	ห	ย
ธ	ม	ท	บ	ฟ	ุ	ภ	ย	ึ	ป	ต	ล	ล	ุ
ร	ิ	บ	ท	ถ	ภ	่	ฟ	ง	่	า	ก	า	
ร	ุ	อ	ภ	ย	อ	น	ร	ล	า	ช	ม	ก	อ
ม	ภ	แ	ล	้	ง	ย	จ	อ	อ	ม	เ	ห	า
ช	ย	ท	ล	ล	ผ	ือ	ด	ม	ด	ร	ถ	ล	ศ
า	ท	ศ	ส	ช	น	ง	ว	ย	ไ	ร	า	า	ั
ต	ะ	ฉ	ไ	ะ	ป	่	า	ไ	ล	ธ	บ	ย	ย
ิ	เ	ฉ	แ	ม	น	ั	ช	ุ	ม	ช	น	ฟ	ง
ธ	ล	พ	ข	ส	า	ย	พ	ั	น	ธ	ุ	์	ก

ภูเขา

ภูมิอากาศ

ความหลากหลาย

ทะเล

แล้ง

บึง

ยั่งยืน

ธรรมชาติ

สัตว์ป่า

เป็นธรรมชาติ

ฟลอรา

การอยู่รอด

ชุมชน

สายพันธุ์

ทั่วโลก

พืช

ที่อยู่อาศัย

36 - Landen #1

อ	อี	ย	อิ	ป	ต	อ์	โ	ป	แ	ล	น	ด	อ์
แ	า	ล	พ	ภ	ภ	า	จ	ซ	ต	ซ	ญ	ไ	ภ
ส	ฝ	ฟ	บ	ป	ป	า	น	า	ม	า	ช	ก	ก
แ	ล	พ	ข	ม	ภ	ย	ว	อี	เ	ต	อั	ล	ล
ร	อี	ม	ด	ท	ด	ย	อ์	ต	ผ	เ	ร	อี	ล
น	อิ	ก	า	ร	า	ก	อั	ว	า	ย	ย	า	อิ
อ	ช	ร	ด	เ	ช	เ	บ	เ	เ	ด	ณ	ต	เ
อิ	เ	อั	า	บ	พ	ย	จ	ร	ภ	อ์	ฉ	อิ	บ
ส	ซ	อี	น	ล	อุ	อ	อ	ก	า	ธ	ร	อ	อี
ร	เ	อ	ค	เ	ม	ร	ก	ซ	น	ซ	ป	อ	ย
า	น	เ	แ	ย	อั	ม	ม	ป	ผ	แ	อิ	ข	น
เ	ก	ก	ฉ	อี	ก	น	ธ	ป	ษ	ะ	เ	ล	ป
อ	อั	ซ	ง	ย	ย	อี	น	เ	า	ม	ร	โ	เ
ล	ล	ะ	แ	ม	โ	ม	ร	อ็	อ	ค	โ	ค	ส

เบลเยียม
บราซิล
กัมพูชา
แคนาดา
ชิลี
เยอรมนี
อียิปต์
อิรัก
อิสราเอล
อิตาลี

ลัตเวีย
ลิเบีย
โมร็อคโค
นิการากัว
นอร์เวย์
ปานามา
โปแลนด์
โรมาเนีย
เซเนกัล
สเปน

37 - Installaties

แ	น	ศ	ม	อ	ห	พ	◌ี	ช	ร	ม	ฉ	จ	◌้
พ	ฤ	ก	ษ	ศ	า	ส	ต	ร	◌์	ส	ส	อ	ม
ร	ซ	เ	ส	ก	ไ	บ	ซ	น	บ	ห	ต	ด	ไ
า	ฉ	บ	แ	ร	พ	ไ	น	◌ุ	ม	ส	◌้	อ	ก
ก	ฟ	อ	ค	ะ	ร	ศ	ส	ญ	ต	ศ	น	ก	อ
เ	ใ	ร	ะ	บ	พ	ย	พ	ฝ	ย	พ	ไ	ง	ด
ไ	ถ	◌์	ล	อ	า	ภ	ผ	ป	ณ	น	ม	ว	ไ
อ	จ	ร	ถ	ง	ฝ	ผ	ไ	ป	ฉ	น	◌้	ธ	ซ
ว	า	◌ี	ธ	เ	ย	ต	ใ	ม	พ	ไ	อ	า	ถ
◌ี	◌่	◌่	ไ	พ	เ	ต	พ	พ	◌้	ห	ญ	◌้	า
◌่	ป	◌้	ใ	ช	ป	ส	ว	น	ม	ไ	ศ	ข	ร
ไ	ง	ท	ถ	ร	◌ุ	ฉ	ส	ป	ไ	ต	ผ	ถ	อ
ล	พ	เ	ร	ว	◌๊	บ	บ	อ	บ	อ	อ	◌่	ล
ด	ย	ป	ฟ	ย	ย	ษ	อ	ญ	ใ	อ	ท	น	ฟ

ไม้ไผ่	หญ้า
เบอร์รี่	ไอวี่
ดอกไม้	สมุนไพร
ดอก	ปุ๋ย
ต้นไม้	มอสส์
ถั่ว	พฤกษศาสตร์
ป่า	บุช
กระบองเพชร	สวน
ฟลอรา	พืช
ใบไม้	ราก

38 - Oceaan

ง	ร	อ	อ	ฟ	ไ	ผ	บ	ฉ	ษ	น	ป	น	ป
ฉ	ฟ	ไ	เ	ด	พ	ป	ก	ห	ฉ	ณ	ล	้	ล
ฟ	ร	พ	ล	ร	ล	ไ	ธ	ญ	ห	ธ	า	ำ	า
จ	ี	ม	จ	ค	ษ	พ	ฟ	ซ	ศ	ไ	ห	ข	โ
ค	ป	ร	ภ	อ	ฉ	ล	า	ม	ณ	ศ	ม	ื	ล
ฟ	อ	ง	น	้	ำ	ป	ซ	ว	จ	ษ	ื	้	ม
ก	ื	า	ล	ป	ร	ฺ	เ	ต	่	า	ก	น	า
ฺ	ล	น	ฺ	ร	พ	ะ	ก	ง	ม	แ	ย	น	ป
้	ก	ย	า	่	ร	ห	า	ส	ม	ล	้	้	ะ
ง	เ	อ	พ	ท	ญ	เ	ร	ื	อ	ฝ	ก	ำ	ก
ซ	ล	ห	ไ	า	ล	ป	ธ	ด	ห	ษ	ษ	ล	า
ป	ไ	ษ	ธ	ะ	ย	น	ไ	ษ	ผ	ส	่	ง	ร
ท	ฺ	น	่	า	ฉ	ฺ	ศ	ะ	ค	ช	ผ	ฝ	้
บ	บ	ห	ฟ	ฝ	แ	ญ	ฟ	ย	ข	แ	บ	ญ	ง

ปลาไหล	ปลาหมึกยักษ์
สาหร่าย	หอยนางรม
เรือ	รีฟ
ปลาโลมา	เต่า
กุ้ง	ฟองน้ำ
น้ำขึ้นน้ำลง	พายุ
ฉลาม	ทูน่า
ปะการัง	ปลา
ปู	วาฬ
แมงกะพรุน	เกลือ

39 - Landen #2

เ ต ญ ซ ญ อ น ร ร า ย ส ถ แ
ด ย ร อ̈ เ อ̈ ซ ฟ อ̊ พ ร ส ส ป
น แ ะ ห ไ ม อ̀ แ ล ส อ̈ ณ ส ไ
ม อ ช ค ย ษ ญ ป จ ภ เ ย ข ธ
า ย น ค เ อ̥ พ ะ อ̥ ท อ̈ ซ ณ ภ
ร ย อ̈ ซ เ ล เ า ม อ̀ จ อ̈ อ̈ ม
อ̊ อ̥ เ น ป า ล ค ซ ไ น เ เ ย
ก ก ส ศ เ ง อ̀ อ̊ ร ฝ ไ น ม ร
ป อ̊ ก ร อ̈ ซ ภ ญ ฝ น ศ อ̈ อ̋ อ̈
ห น โ ซ ม า เ ล อ̈ ย ง ด ก เ
ศ ด อ̊ น ล แ อ̀ ร อ ไ ญ โ ซ อ̈
ว า ล ค แ เ น จ ธ ะ ส น อ̂ บ
เ อ ธ อ̈ โ อ เ ป อ̈ ย ห อ̂ โ ล
แ เ ล บ า น อ น ค บ พ อ ก ไ

เดนมาร์ก	ไลบีเรีย
เอธิโอเปีย	มาเลเซีย
ฝรั่งเศส	เม็กซิโก
กรีซ	เนปาล
ไอร์แลนด์	ไนจีเรีย
อินโดนีเซีย	ยูกันดา
ญี่ปุ่น	ยูเครน
เคนยา	รัสเซีย
ลาว	โซมาเลีย
เลบานอน	ซีเรีย

40 - Bloemen

ถ	ท	โ	เ	ต	ง	ฉ	ธ	บ	ฝ	ฝ	ผ	ล	ก
อ	ิ	เ	ค	์	ร	อ	ด	เ	น	ว	เ	า	ล
ส	ว	ด	ฉ	ล	ส	แ	ธ	น	แ	โ	ล	พ	้
พ	ล	ซ	พ	ฝ	เ	ง	ล	ภ	ศ	บ	ธ	ฝ	ว
ฺ	ิ	ี	ต	ย	ธ	ว	ช	ซ	ญ	ต	ณ	ล	ย
ด	ป	ฺ	ต	ี	แ	ก	อ	ะ	ผ	ั	ด	ิ	ไ
เ	ื	ม	ะ	ล	ิ	ฺ	ษ	ร	ะ	ฺ	ช	ล	ม
ส	้	ด	ก	เ	ฉ	ห	ล	ผ	์	น	า	ล	้
า	ป	พ	ท	น	ว	ล	ญ	ก	ล	ี	บ	ี	อ
ว	อ	ร	ะ	โ	ญ	า	ญ	ซ	ช	า	ช	่	ถ
ร	๊	ษ	ก	ก	ฉ	บ	ผ	ข	ม	ถ	ณ	จ	ธ
ส	ป	เ	ถ	ม	้	ไ	ก	อ	ด	อ	่	ช	ต
ย	ฉ	ช	ภ	แ	ม	่	ว	ง	ป	ว	ซ	ด	อ
ฉ	ณ	ร	แ	ด	น	ด	ิ	ไ	ล	อ	อ	น	ส

กลีบ
ช่อดอกไม้
พุด
ชบา
มะลิ
โคลเวอร์
ลาเวนเดอร์
ลิลลี่
ม่วง

เดซี่
แมกโนเลีย
กล้วยไม้
แดนดิไลออน
ป๊อปปี้
เสาวรส
โบตั๋น
กุหลาบ
ทิวลิป

41 - Huisdieren

ศ จ แ ก จ ร ซ เ แ า ช ง ภ ก
ธ น ฮ ร ไ พ จ ต ศ ม เ ย บ ิ
ผ า ม ง ร ม ญ ่ ณ ศ ว ั ว ้
ฉ ด ส เ ธ น ย า ่ ต ะ ร ก ง
ก ถ เ ล อ ุ ้ ง เ ท ้ า ศ ก
ไ ถ ต ็ ห า ง ไ ร ท ะ ล ส ่
ธ ป อ บ ส เ ะ ศ บ า ด ป ค า
น ก ร ย ์ ท พ แ ว ต ั ส น ป
ล อ ์ ล ุ ก แ ม ว ะ ล ภ ้ ซ
ธ ุ า น น แ แ ด ้ อ ย ไ ำ ญ
ภ ศ ก ห ห ฉ ฝ ม ก ส ฝ ะ ช ซ
บ แ ย ห า ฉ ว ง แ แ เ ข ด า
ซ เ ะ น ม ร ถ า ก ณ ฝ ม แ ศ
น ไ ถ ก ห า ไ ห น ถ พ ธ ซ ณ

สัตวแพทย์	หนู
แพะ	นกแก้ว
กิ้งก่า	อุ้งเท้า
แฮมสเตอร์	ลูกหมา
หมา	เต่า
แมว	หาง
ลูกแมว	ปลา
กรงเล็บ	อาหาร
วัว	น้ำ
กระต่าย	

42 - Landschappen

เ	น	อิ	น	เ	ขา	า	ส	ภ	ย	ห	ส	ท	ม
ภ	ู	เ	ข	า	ไ	ฟ	อิ	ู	ด	แ	ค	ะ	ห
ค	ง	อ	ร	์	ร	อ	ซ	เ	ก	ไ	ษ	เ	า
ะ	า	ข	เ	ู	ภ	ธ	อ	ข	แ	ก	อ	ล	ส
ธ	แ	บ	ท	ะ	เ	ล	เ	า	ม	เ	ว	ท	ม
า	ป	ำ	ส	ฟ	จ	ต	อ	น	ก	ง	ฟ	ร	ุ
ำ	น	้	่	ม	แ	ค	โ	้	ไ	บ	ถ	า	ท
ท	เ	ถ	ท	ธ	ุ	ก	ต	ำ	น	ือ	ย	ร
ฉ	ะ	เ	ก	า	ะ	ท	เ	แ	ข	ต	ฝ	ง	ฝ
า	ข	เ	บ	ุ	ห	น	ร	ข	ณ	แ	ษ	ร	จ
ไ	ภ	เ	ล	แ	เ	ศ	ะ	็	ษ	ห	ต	ค	ต
า	แ	ห	ล	ส	ง	เ	ง	ง	ไ	ใ	ค	แ	ค
ส	ผ	ษ	ญ	เ	า	ร	ด	น	ุ	ท	ฝ	จ	ร
ธ	ศ	ค	ใ	ถ	จ	บ	ช	า	ย	ห	า	ด	พ

ภูเขา   แม่น้ำ
เกาะ   คาบสมุทร
ไกเซอร์   ชายหาด
ถ้ำ   ทุนดรา
เนินเขา   หุบเขา
ภูเขาน้ำแข็ง   ภูเขาไฟ
ทะเลสาบ   น้ำตก
บึง   ทะเลทราย
โอเอซิส   ทะเล
มหาสมุทร

43 - Tuin

ม	อ	ด	ณ	น	ด	ช	พ	ื	ช	ั	ว	ศ	ม
เ	ถ	อ	ผ	ห	ฉ	ย	า	ค	ห	ส	พ	ศ	ั
ภ	ข	ก	ไ	ผ	ไ	พ	ร	น	ก	ญ	ถ	ซ	า
บ	ธ	ไ	ท	ณ	ม	ล	ต	ื	บ	ไ	ั	ซ	น
า	ไ	ม	ไ	ธ	ั	ั	ค	ล	ด	ั	ด	า	ื
ก	ณ	ั	ง	ค	ไ	่	ห	พ	ิ	ล	า	ค	่
เ	ป	ล	ญ	ว	น	ว	ส	โ	น	ท	ร	น	ง
เ	อ	ศ	ก	พ	ั	ร	ษ	ม	ถ	่	ค	ถ	ย
ร	ว	ห	ก	อ	ต	อ	จ	ร	ร	อ	ห	ศ	ื
ส	ว	น	ผ	ล	ไ	ม	ั	ท	ง	ั	ช	ุ	บ
บ	่	อ	น	ั	ำ	ษ	พ	แ	ร	า	ั	ศ	เ
พ	ฝ	ย	ณ	พ	ซ	ย	ถ	ล	โ	ถ	ถ	ว	ะ
ส	น	า	ม	ห	ญ	ั	า	ผ	ฉ	ล	ญ	อ	ร
ธ	ะ	ไ	ด	ห	ป	ะ	ถ	ข	พ	ฟ	ห	ธ	ฟ

ม้านั่ง   รั้ว
ดอกไม้   วัชพืช
ดิน   พลั่ว
ต้นไม้   ท่อ
สวนผลไม้   บุช
โรงรถ   ชานบ้าน
สนามหญ้า   แทรมโพลีน
หญ้า   สวน
เปลญวน   ระเบียง
คราด   บ่อน้ำ

44 - Beroepen #2

จ	ิ	ต	ร	ก	ร	ร	ค	ร	ุ	พ	ส	ณ	น
ฐ	์	ษ	ด	ิ	ะ	ร	ป	ก	ั้	น	ใ	ต	ั
ล	อ	บ	ย	ส	ภ	า	น	ว	า	ช	อ	ซ	ก
น	ว	ส	น	ค	ผ	ส	ส	ศ	ล	ก	ถ	น	ภ
น	ั	ี	ช	ค	ค	น	บ	ิ	ก	ั	น	ต	า
ั	ช	ก	ก	ธ	ไ	ม	์	ว	บ	ฉ	ศ	ย	ษ
ก	็	ั	ข	ศ	ั	ล	ย	แ	พ	ท	ย	์	า
ว	า	น	น	่	ญ	จ	ท	ญ	ก	ร	า	ท	ศ
ิ	ง	ภ	น	พ	า	ด	พ	ใ	ภ	จ	ก	พ	า
จ	ภ	อ	ณ	บ	พ	ว	แ	ก	ะ	ป	ใ	แ	ส
ั	า	บ	ร	ร	ณ	า	ร	ั	ก	ษ	์	ต	ต
ย	พ	น	ั	ก	ป	ร	ั	ช	ญ	า	แ	น	ร
น	ั	ก	บ	ิ	น	อ	ว	ก	า	ศ	ณ	ั	์
น	ั	ก	ช	ี	ว	ว	ิ	ท	ย	า	ข	ท	จ

แพทย์
นักบินอวกาศ
บรรณารักษ์
นักชีววิทยา
ชาวนา
ศัลยแพทย์
นักสืบ
นักปรัชญา
ช่างภาพ
วิศวกร

นักข่าว
ครู
นักภาษาศาสตร์
นักวิจัย
นักบิน
จิตรกร
ทันตแพทย์
คนสวน
นักประดิษฐ์

45 - Dagen en Maanden

ม	ล	ม	ว	ษ	ม	เ	น	ป	ฟ	ม	ส	ต	บ
ค	ก	พ	ด	อ	ค	พ	ย	ฏ	พ	ค	ธิ	ะ	ป
า	ง	ร	ล	น	า	ฝ	า	ธิ	ว	ท	ง	ก	ธี
ล	น	ย	า	ย	น	ธั	ก	ท	ธั	ณ	ห	ร	ว
ธุ	ย	ว	ต	ค	ธี	ษ	ธิ	ธิ	น	พ	า	ก	ธั
ต	า	ว	ธั	ผ	ม	ด	จ	น	อ	า	ค	ฏ	น
ว	น	ป	ธั	น	จ	ฟ	ศ	ด	ธั	ส	ม	า	พ
ฉ	ถ	ฟ	ท	น	เ	ฝ	ฤ	พ	ง	ธั	ธ	ค	ฤ
ซ	ธุ	ร	ด	ศ	ศ	ส	พ	ป	ค	ป	ศ	ม	ห
ผ	ธิ	ญ	ง	ไ	า	ธุ	า	ด	า	ด	เ	ป	ธั
ม	ม	ย	ท	ท	พ	ษ	ก	ร	ร	า	ด	ม	ส
ว	ธั	น	พ	ธุ	ธ	ข	ค	ร	ธ์	ห	ธี	ฟ	บ
ว	ธั	น	จ	ธั	น	ท	ร	ธ์	ธ์	อ	ญ	ด
ก	ธุ	ม	ภ	า	พ	ธั	น	ธ	ธ์	ใ	น	ภ	ธี

สิงหาคม	วันจันทร์
วันอังคาร	มีนาคม
วันพฤหัสบดี	พฤศจิกายน
กุมภาพันธ์	ตุลาคม
ปี	กันยายน
มกราคม	วันศุกร์
กรกฎาคม	สัปดาห์
มิถุนายน	วันพุธ
ปฏิทิน	วันเสาร์
เดือน	

46 - Beeldende Kunsten

ป	ช	ผ	ค	ม	ช	ก	น	ภ	ห	ณ	เ	ย	ส
ร	น	ล	์	บ	อ	ไ	ษ	า	ก	ไ	ค	ญ	ถ
ะ	ป	ง	ป	ว	ล	ญ	ไ	พ	จ	ฟ	ร	ค	า
ต	ก	า	ร	ข	์	ก	ว	ว	ห	ล	ื	ข	ป
ิ	จ	น	ะ	า	ก	ด	ล	า	ต	ภ	่	ื	์
ม	ว	ช	ก	อ	ส	น	ิ	ด	ศ	พ	อ	้	ต
า	ง	ิ	อ	ภ	า	พ	ถ	่	า	ย	ง	ผ	ย
ก	อ	้	บ	ร	แ	ส	ฉ	เ	ก	ศ	ด	ื	ก
ร	ม	น	ั	ถ	่	า	น	ค	ก	ฝ	ิ	้	ร
ร	ม	เ	อ	ต	ฟ	ฟ	ผ	ล	า	ท	น	ง	ร
ม	ฺ	อ	ด	พ	ว	ิ	ไ	ย	ป	ด	เ	ค	ม
ค	ม	ก	ซ	ท	พ	น	ล	์	ช	ไ	ผ	ธ	ฟ
ส	เ	ต	น	ซ	ิ	ล	แ	์	ก	ถ	า	ถ	ก
ร	ศ	ิ	ล	ป	ิ	น	ก	ิ	ม	า	ร	ซ	เ

เครื่องดินเผา   ผลงานชิ้นเอก
สถาปัตยกรรม   ปากกา
ศิลปิน   มุมมอง
ประติมากรรม   แนวตั้ง
ฟิล์ม   ดินสอ
ภาพถ่าย   ค์ประกอบ
ถ่าน   ภาพวาด
เซรามิก   สเตนซิล
เคลย์   ขี้ผึ้ง
ชอล์ก

47 - Menselijk Lichaam

ข	ผ	ง	แ	ต	น	ห	ข	ไ	ค	ร	ท	ล	ร
ษ	ถ	เ	น	ส	ป	ปุ้	ะ	อ้	ม	ณ	ง	ะ	ก
แ	ไ	ต	บ	ไ	า	ฝ่	ข	ข	อ	ค	ซ	ฉ	ไ
ฉ	จ	ถ	ฟ	ห	ม	ช	อ้	ะ	ณ	เ	ถ	ท	ร
ร	ป	ณ	ฉ	ล	ข	า	อ	ต	ส	พ	ท	ห	ร
ส	น	ห	ข	อ่	า	บ	ศ	ร	บ	ด	ถ	อ้	ก
ภ	ด	ผ	อ้	จ	ข	ย	อ	ช	ไ	อ	ส	บ	า
ก	ต	เ	ภ	ว	อิ	ผ	ก	ศ	ป	อี	ช	ข	ข
ส	ม	อ	ง	ส	ไ	ค	ภ	ง	า	ล	อิ	อ้	น
ห	อ้	ว	อ	น	ด	จ	ก	ซ	ก	เ	ย	อ	ร
ม	ห	ล	อ้	อิ	ย	น	ว	ร	อุ	ว	ข	ง	ม
อี	ซ	ข	ท	อ้	ณ	ท	อ	ล	ม	ต	ผ	อ่	ส
อ	ซ	บ	ช	ว	ญ	ด	ษ	า	จ	ณ	ม	ศ	า
ห	พ	ท	ค	า	ง	ต	ง	ไ	ไ	ง	ฉ	ต	ว

ขา	คาง
เลือด	เข่า
ข้อศอก	ท้อง
ข้อเท้า	ปาก
มือ	คอ
หัวใจ	จมูก
สมอง	หู
หัว	ไหล่
ผิว	ลิ้น
ขากรรไกร	นิ้ว

48 - Energie

อ	เ	เ	ม	น	ค	ร	ถ	บ	ห	ส	ภ	อ	ส
ุ	ช	ค	ล	้	น	า	ซ	จ	พ	ง	ค	ิ	ิ
ต	ี	ร	พ	ำ	ิ	โ	ร	ก	ะ	ญ	ร	เ	่
ส	้	ี	ิ	ม	ว	แ	ฟ	์	ภ	ด	ท	ล	ง
า	อ	่	ษ	้	เ	บ	ไ	ต	บ	ไ	ย	็	แ
ห	เ	อ	ท	น	ค	ต	พ	ฟ	อ	อ	บ	ก	ว
ก	พ	ง	ด	เ	ล	เ	ล	ม	ฟ	น	น	ต	ด
ร	ล	ย	แ	บ	ี	ต	ง	อ	ศ	้	ส	ร	ล
ร	ิ	น	ท	น	ย	อ	ป	ผ	ฉ	ท	า	อ	้
ม	ง	ต	น	ซ	ร	ร	ไ	อ	น	้	ำ	น	อ
จ	ถ	์	ย	ิ	ิ	ี	ก	้	ง	ห	ั	น	ม
พ	ศ	า	ค	น	ไ	่	ด	ี	เ	ซ	ล	ญ	ป
ด	ว	ว	ค	ว	า	ม	ร	้	อ	น	ส	ษ	ฉ
ไ	ฮ	โ	ด	ร	เ	จ	น	ช	ฟ	ะ	ะ	อ	ม

แบตเตอรี่	เครื่องยนต์
น้ำมันเบนซิน	นิวเคลียร์
เชื้อเพลิง	สิ่งแวดล้อม
ดีเซล	ไอน้ำ
ไฟฟ้า	กังหัน
อิเล็กตรอน	มลพิษ
โฟตอน	ความร้อน
ทดแทน	ไฮโดรเจน
อุตสาหกรรม	ลม
คาร์บอน	

49 - Familie

ษ	า	า	ห	จ	ญ	บ	ห	ช	ส	ไ	ย	บ	ร
ด	ธ	า	ล	ฝ	ก	ร	น	ล	เ	ไ	อี	ธ	แ
ผ	ห	ช	ช	ป	ข	ร	อ้	ห	า	แ	ม	อ่	ต
ส	ไ	ผ	บ	อ้	ท	พ	อ	ข	ห	น	า	อู	จ
ภ	ด	ฝ	แ	า	ฝ	บ	ง	ส	ล	ต	ส	ป	ช
ศ	ร	เ	ห	ห	ถ	อุ	ส	ฉ	า	ฝ	ะ	า	ว
ฝ	ง	ร	พ	อ่	อ	ร	า	ท	น	า	ล	ห	ว
ไ	ป	ะ	ย	น	พ	อุ	ว	ถ	ช	ฝ	ล	ค	เ
ศ	ไ	จ	ร	า	บ	ษ	ก	ฝ	า	ย	ซ	อุ	ท
ล	อู	ก	ส	า	ว	เ	ฉ	ฉ	ย	า	ป	ฟ	ง
ว	อู้	ย	เ	ด	อ็	ก	อ็	ด	เ	ย	พ	ก	ค
ค	ร	ว	จ	จ	พ	ซ	จ	ธ	ข	ห	ป	ไ	ส
น	อ้	อ	ง	ช	า	ย	ค	น	ภ	ก	อ	ญ	ญ
ช	ไ	ธ	ไ	จ	แ	น	ไ	ผ	อ	แ	า	ข	ท

น้องชาย   หลานสาว
ลูกสาว   ลุง
ยาย   ปู่
วัยเด็ก   ป้า
เด็ก   ฝาแฝด
หลาน   พ่อ
สามี   บรรพบุรุษ
แม่   ภรรยา
หลานชาย   น้องสาว

50 - Gebouwen

ป	ร	า	ส	า	ท	ผ	ส	เ	ต	็	น	ท	์
โ	ร	ง	ง	า	น	ป	ถ	ถ	ใ	ภ	ฝ	ข	ณ
พ	ไ	ญ	์	ร	ต	น	ย	พ	า	ภ	ง	ร	โ
ค	ไ	ห	ห	น	ว	ม	ม	ข	ห	น	ช	ษ	เ
ช	ว	ร	ค	ะ	ล	ง	ร	โ	้	ฝ	ท	น	ง
ฟ	า	ร	์	ม	ท	ต	ต	แ	า	ว	ต	ู	พ
ธ	ด	น	ณ	ป	ร	ถ	ม	ฟ	ง	โ	ช	ข	ต
อ	ู	ส	ง	น	ม	้	เ	ท	์	ร	า	พ	อ
ป	ด	ข	ย	ร	บ	้	า	น	ม	ง	โ	ถ	ล
ย	อ	ค	อ	ห	โ	ะ	ก	ะ	เ	ร	ท	ธ	ส
อ	ห	ส	น	า	ม	ก	ี	ฬ	า	ถ	า	ซ	ท
พ	ิ	พ	ิ	ธ	ภ	ั	ณ	ฑ	์	ไ	ม	ว	ป
ท	ซ	ป	ม	ห	า	ว	ิ	ท	ย	า	ล	ั	ย
ญ	ะ	ฉ	โ	ร	ง	เ	ร	ี	ย	น	ผ	ศ	า

สถานทูต   พิพิธภัณฑ์
อพาร์ทเม้น   หอดูดาว
โรงภาพยนตร์   โรงเรียน
ฟาร์ม   โรงนา
ห้าง   สนามกีฬา
โรงงาน   เต็นท์
โรงรถ   โรงละคร
โรงแรม   หอคอย
บ้าน   มหาวิทยาลัย
ปราสาท

51 - Kunst

ต	ก	ส	ส	อ่	ว	น	ป	ระ	ก	อ	บ	ป
้า	า	ซ	ร	ถ	พ	เ	ภ	ว	บ	ช	ไ	ภ	ร
น	ร	อี	อ์	้อ	พ	ษ	ซ	า	ค	ช	ว	ฟ	ะ
ฉ	แ	อ่	ต	ย	า	อ่	ง	ร	พ	า	ภ	ท	ต
บ	ส	อ	ส	ห	ภ	ง	ว	ป	า	ว	ล	ง	อิ
้อ	ด	ส	า	ส	ด	อ	ค	แ	ณ	ม	า	เ	ม
บ	ง	้อ	ศ	เ	า	ด	แ	ภ	อ์	ก	อิ	ด	า
แ	อ	ต	ย	อี	ว	ก	ท	บ	ษ	ศ	ป	ค	ก
อ	อ	ย	ต	ต	ค	ท	ไ	ฉ	ก	ข	เ	ศ	ร
พ	ก	อ์	อิ	ล	ป	า	ถ	ด	ล	ถ	ร	ก	ร
ฝ	ณ	ส	ถ	น	อ	ซ	้อ	บ	อ์	ซ	อี	พ	ม
บ	ญ	ป	ส	แ	ส	ต	น	จ	ญ	บ	อ่	ณ	ภ
พ	ษ	ด	ค	ส	อ่	ว	น	ต	้อ	ว	อ	ล	ฝ
อ	า	ร	ม	ณ	อ์	ข	ภ	า	ส	ไ	ง	ะ	ฟ

ประติมากรรม   ส่วนตัว
ซับซ้อน   บทกวี
สร้าง   วาดภาพ
ง่าย   ส่วนประกอบ
ซื่อสัตย์   ภาพวาด
อารมณ์   สถิตยศาสตร์
เซรามิค   สัญลักษณ์
เรื่อง   การแสดงออก
ต้นฉบับ   ภาพ

52 - Beroepen #1

บ	น	ต	ั้	เ	ก	ั้	น	ข	ถ	ด	ต	ห	น
ร	ะ	ท	เ	ภ	ส	ั้	ช	ก	ร	ส	ม	ม	ั้
ร	จ	ุ	ฮ	ั้	น	เ	ต	อ	ร	์	า	อ	ก
ณ	ญ	ช	น	ั้	ก	ด	น	ต	ร	ี	ว	ต	ก
า	ห	า	ป	ะ	ร	ป	ง	า	่	ช	ค	ส	ี
ธ	ค	ร	ฟ	ง	ะ	ฝ	ล	า	บ	า	ย	พ	ฬ
ิ	ณ	ร	จ	น	า	ย	ธ	น	า	ค	า	ร	า
ก	ี	ค	ฟ	ว	ณ	่	ไ	ด	ณ	ข	น	ห	ณ
า	ม	ั้	ห	ไ	ไ	ณ	ช	า	ศ	ศ	ท	ไ	ภ
ร	ญ	อ	ด	ั้	บ	เ	พ	ล	ิ	ง	ร	ถ	อ
น	ั้	ก	ด	า	ร	า	ศ	า	ส	ต	ร	์	ธ
ฉ	อ	อ	ส	ั้	ต	ว	แ	พ	ท	ย	์	ฝ	า
ฝ	ห	เ	ไ	ฉ	น	ั้	ก	เ	ป	ี	ย	โ	น
น	ั้	ก	ธ	ร	ณ	ี	ว	ิ	ท	ย	า	ญ	ป

ทนายความ   บรรณาธิการ
เอกอัครราชทูต   นักธรณีวิทยา
เภสัชกร   ฮันเตอร์
นักดาราศาสตร์   อัญมณี
นักกีฬา   ช่างประปา
นายธนาคาร   ช่าง
ดับเพลิง   นักดนตรี
นักเต้น   นักเปียโน
สัตวแพทย์   พยาบาล
หมอ

53 - Antarctica

ก	า	ร	โ	ย	ก	ย	้า	า	ย	ค	ห	อ	ร
ง	า	ท	น	ิ	ด	เ	ร	า	ก	า	ม	่	ษ
ข	ร	ุ	ข	ร	ะ	ไ	์	ธ	ง	บ	ุ	า	ะ
น	เ	ม	ฆ	ษ	ท	ห	ต	ล	ม	ส	ฺ	ว	น
ฟ	้	ถ	ม	ท	น	ค	ส	ฟ	ไ	ม	เ	ษ	ช
ไ	ญ	ำ	ษ	ษ	บ	ม	า	ฝ	ก	ุ	ก	ภ	ง
เ	พ	น	ก	ว	ิ	น	ศ	ฟ	จ	ท	า	ฟ	ช
แ	ร	่	ธ	า	ต	ุ	า	ศ	ฝ	ร	ะ	เ	ซ
ฟ	ว	ส	ช	ไ	ร	์	ย	ี	ซ	เ	า	ล	ก
ช	ญ	ศ	ใ	ส	า	ร	ท	ล	ข	ส	ท	เ	ญ
อ	ุ	ณ	ห	ภ	ู	ม	ิ	ภ	ซ	ท	ว	จ	พ
น	้	ำ	แ	ข	็	ง	ว	ค	ณ	บ	ี	ฉ	ว
ก	า	ร	อ	น	ุ	ร	ั	ก	ษ	์	ป	ะ	ะ
ซ	น	ั	ก	ว	ิ	จ	ั	ย	จ	ห	ญ	ใ	จ

อ่าว
การอนุรักษ์
ทวีป
หมู่เกาะ
การเดินทาง
กลาเซียร์
น้ำแข็ง
การโยกย้าย
แร่ธาตุ

นักวิจัย
เพนกวิน
ขรุขระ
คาบสมุทร
อุณหภูมิ
น้ำ
วิทยาศาสตร์
เมฆ

54 - Ballet

น	เ	ส	ถ	ม	ด	ท	ท	ั้	ก	ษ	ะ	น	ร
ไ	้	อ	พ	ว	น	ี	่น	ป	น	ญ	้	ู
เ	ย	ก	ช	เ	ต	ร	ว	า	ท	ณ	ะ	ก	ป
ไ	ท	ย	แ	ล	ร	ต	ถ	ถ	ท	ษ	ว	เ	แ
ไ	ฉ	ค	ม	ต	ี	น	ไ	ไ	จ	า	ห	ต	บ
แ	ไ	น	น	ซ	่	ด	ษ	อ	ช	เ	ง	้	บ
ล	ห	ย	ถ	ิ	ะ	ง	ณ	ณ	ไ	ฝ	้	น	บ
ศ	ิ	ล	ป	ะ	ค	ว	เ	า	ต	ไ	จ	แ	ท
ล	น	ท	ศ	ร	พ	ฉ	ฟ	พ	ใ	ธ	ซ	ส	เ
แ	อ	น	ี	้	เ	ม	า	้	ล	ก	ผ	ด	ร
ณ	ซ	ร	ส	ง	่	า	ง	า	ม	ง	ู้	ง	ี
เ	ส	ี	ย	ง	ป	ร	บ	ม	ื	อ	้	อ	ย
ค	ว	า	ม	เ	ข	้	ม	ข	้	น	ช	อ	น
ต	ซ	้	อ	ม	เ	ด	ี	่	ย	ว	ม	ก	ภ

เสียงปรบมือ
ศิลปะ
นักแต่งเพลง
นักเต้น
แสดงออก
ท่าทาง
ความเข้มข้น
บทเรียน
ดนตรี
วงดนตรี

ผู้ชม
ซ้อม
จังหวะ
สง่างาม
เดี่ยว
กล้ามเนื้อ
รูปแบบ
เทคนิค
ทักษะ

55 - Vissen

ธ	ห	ฝ	ค	บ	อ̊	ร	ค	ธ	ธ	ญ	แ	ข	เ
า	ป	ส	ว	า	ะ	า	ษ	เ	ถ	ศ	ม	า	ห
ถ	ร	ร	า	ส	ฟ	ฝ	ต	ไ	ข	ณ	อ่	ก	ย
ข	ศ	ญ	ม	ล	อ	ข	ข	ะ	ส	ท	น	ร	อื
ส	ท	ม	อ	เ	ข	อ	ภ	ต	ข	ก	อ้	ร	อ̀
ม	ป	ป	ด	ะ	ภ	ะ	เ	บ	จ	อ	อำ	ไ	อ
ส	ห	ท	ท	ท	า	อ้	ร	ก	ะ	ต	อ้	ก	ฝ
ศ	ส	า	น	ศ	อำ	จ	อี	แ	ต	ญ	น	ร	ท
ก	ฟ	ถ	ส	ร	ไ	อ	อ	บ	ฤ	ภ	ก	อ	ฟ
น	แ	ร	จ	ม	ณ	พ	า	ร	ด	ว	ล	ภ	ป
ณ	อ์	ร	ก	ป	อุ	อ	ณ	ห	อู	ษ	เ	ส	ณ
เ	ห	ง	อื	อ	ก	ท	ส	ด	า	ห	ย	า	ช
จ	แ	ร	ร	ต	อ	จ	ร	ป	ร	ร	อ	ช	ช
น	อ้	อำ	ห	น	อ้	ก	ณ	ภ	ต	ธ	ะ	ศ	ซ

เหยื่อ	ทำอาหาร
อุปกรณ์	ตะกร้า
เรือ	ทะเลสาบ
ลวด	มหาสมุทร
ความอดทน	แม่น้ำ
น้ำหนัก	ฤดู
ตะขอ	ชายหาด
ขากรรไกร	ครีบ
เหงือก	น้ำ

56 - Fruit

พ	ม	้	ส	ว	จ	ร	ี	่	์	ร	อ	ช	เ
ช	ี	ะ	ซ	า	ณ	พ	แ	ย	ม	จ	า	ส	ส
เ	ะ	ช	ล	น	ซ	น	อ	ล	ม	เ	โ	้	ล
ฝ	ไ	ผ	ศ	ะ	ฟ	ถ	ป	ถ	์	อ	ว	ป	ร
ค	พ	ล	ธ	ม	ก	ห	ร	ป	ล	ษ	ค	ป	า
ค	เ	ษ	ม	ค	ศ	อ	ิ	ผ	พ	ษ	า	ะ	ส
ก	ล	้	ว	ย	จ	ญ	ค	ก	ร	จ	โ	ร	เ
ล	ุ	ก	แ	พ	ร	์	อ	ะ	ี	ง	ด	ด	บ
ม	ะ	พ	ร	้	า	ว	ท	ด	่	ว	ธ	ย	อ
แ	อ	ป	เ	ป	ิ	้	ล	ผ	์	่	ี	น	ร
ว	เ	ง	ะ	ฉ	ฝ	ภ	ต	ธ	ร	ม	ภ	่	์
ศ	ฉ	ง	ไ	ณ	ผ	ต	ฝ	ญ	อ	ะ	า	ุ	ร
ท	ผ	ม	ห	ภ	แ	ด	ว	ษ	บ	ม	ะ	ง	ี
ฉ	อ	น	ี	ร	า	ท	ค	น	เ	ไ	ณ	อ	่

แอปริคอท
สับปะรด
แอปเปิ้ล
อาโวคาโด
กล้วย
เบอร์รี่
มะนาว
องุ่น
ราสเบอร์รี่
เชอร์รี่

กีวี
มะพร้าว
มะม่วง
เมลอน
เนคทารีน
ส้ม
มะละกอ
ลูกแพร์
พีช
พลัม

57 - Engineering

ก	า	ร	เ	ค	ล	ื	อ่	อ	น	ไ	ห	ว	ก
ข	อ	ง	เ	ห	ล	ว	ค	ว	า	ม	ล	ึ	ก
ก	า	ร	ก	อ่	อ	ส	ร	า้	า	ง	แ	ถ	ผ
ก	ส	ล	ย	ง	น	ฉ	ต	ธ	ษ	ใ	ร	ด	ถ
า	ก	ซ	จ	ฟ	ธ	ไ	์	บ	ั	ข	ง	ร	แ
ร	แ	ผ	น	ภ	า	พ	น	ก	แ	ฝ	จ	ฝ	ผ
ห	ล	จ	น	า	ท	ด	ย	ื	ส	เ	ง	ร	แ
ม	ส	ง	า	้	ร	ส	ง	ร	ค	โ	เ	า	ษ
ุ	ฟ	ถ	ง	ป	ช	ห	อ	ซ	ว	ณ	า	ผ	ะ
น	อ	ญ	ง	ง	ค	น	อ่	ั	ม	ม	า	ว	ค
ม	ุ	ม	ั	ก	ษ	ง	ื	ก	า	ร	ว	ั	ด
ภ	ภ	ภ	ล	ข	ก	า	ร	ก	ร	ะ	จ	า	ย
จ	แ	ม	พ	ธ	ศ	ธ	ค	ซ	ก	ม	ฝ	ค	ห
จ	ค	ง	ง	ล	ล	ซ	เ	ื	ด	ไ	ย	ะ	บ

แกน	แรง
การเคลื่อนไหว	การวัด
การก่อสร้าง	เครื่องยนต์
แผนภาพ	การหมุน
ความลึก	ความมั่นคง
ดีเซล	โครงสร้าง
การกระจาย	ของเหลว
พลังงาน	แรงขับ
มุม	แรงเสียดทาน

58 - Literatuur

ก	อ	ภ	อ	ล	ม	ถ	ถ	ร	า	แ	ภ	ะ	ภ
ช	า	ะ	ณ	ษ	ก	ั	ล	ผ	บ	ญ	บ	ผ	ท
ภ	ถ	ร	น	ร	ู	ป	แ	บ	บ	ไ	ไ	ศ	ภ
ธ	ก	ม	ว	า	ล	่	เ	ง	อ	่	ื	ร	เ
โ	ื	า	ช	ิ	ล	ก	ล	อ	น	จ	บ	ค	ะ
ศ	ว	ม	ี	น	เ	็	ะ	ณ	ญ	ั	ท	ว	ร
ก	ก	ป	ว	ิ	ศ	ค	อ	ไ	ข	ง	ส	า	ป
น	ท	ฺ	ป	ย	ช	ง	ร	ก	ม	ห	ร	ม	ฉ
า	บ	อ	ร	า	ฟ	ษ	ซ	า	น	ว	ฺ	เ	บ
ฏ	แ	ำ	ะ	ย	ป	ห	ฝ	ภ	ะ	ะ	ป	ห	ท
ก	ฟ	ค	ว	ต	ง	ถ	ใ	ฝ	ณ	ห	ม	็	พ
ร	ส	ผ	ั	ม	ั	ส	ม	พ	ก	ร	่	น	ู
ร	ห	อ	ต	ผ	ู	้	เ	ข	ี	ย	น	ธ	ด
ม	ฟ	พ	ิ	ผ	ู	้	บ	ร	ร	ย	า	ย	ค

อะนาล็อก
การวิเคราะห์
ผู้เขียน
ชีวประวัติ
บทสรุป
บทพูด
กลอน
ประเภท
ความเห็น
คำอุปมา

ลักษณะ
บทกวี
สัมผัส
จังหวะ
นิยาย
รูปแบบ
ธีม
โศกนาฏกรรม
เรื่องเล่า
ผู้บรรยาย

59 - Technologie

ก	ล	ร	ษ	ก	้	อ	บ	บ	แ	ย	ร	ค	ข
ฟ	ม	ไ	บ	ต	์	ไ	ว	ล	ไ	ร	ท	ว	ต
อ	ุ	เ	ส	ม	ื	อ	น	ิ	็	ป	ฝ	า	อ
ซ	อ	ฟ	ต	์	แ	ว	ร	์	จ	อ	ป	ม	ส
ม	้	ห	น	้	า	จ	อ	ไ	ป	ั	ก	ป	เ
ฝ	ข	ฝ	ใ	ด	ด	แ	ร	ข	ฉ	ไ	ย	ล	ค
อ	ิ	น	เ	ท	อ	ร	์	เ	น	็	ต	อ	อ
ซ	ท	ป	แ	ว	ะ	ก	ค	ไ	ศ	ร	ข	ด	ร
ะ	ฉ	ต	ม	ช	ธ	า	ล	ส	ถ	พ	้	ภ	์
อ	ษ	จ	ไ	ฟ	ล	์	ณ	้	ผ	ข	อ	ั	เ
ด	ิ	จ	ิ	ท	ั	ล	ท	ณ	อ	ศ	ค	ย	ซ
ต	ษ	จ	ธ	ง	ง	ห	ป	ร	ช	ง	ว	ไ	อ
เ	บ	ร	า	ว	์	เ	ซ	อ	ร	์	า	จ	ร
ภ	ส	ถ	ิ	ต	ิ	ผ	ะ	ศ	ท	ญ	ม	ท	์

ข้อความ
ไฟล์
บล็อก
เบราว์เซอร์
ไบต์
กล้อง
เคอร์เซอร์
ดิจิทัล
ข้อมูล

อินเทอร์เน็ต
แบบอักษร
วิจัย
หน้าจอ
ซอฟต์แวร์
สถิติ
ความปลอดภัย
เสมือน

60 - Boeken

ท	ษ	น	ะ	ก	ร	ม	ร	ร	ก	ณ	ร	ร	ว
ธี	ช	ภ	ไ	า	ห	ห	จ	ห	ไ	ท	ว	า	ต
่	ษ	ุ	ห	ร	ว	า	ร	ง	อ	่	ธี	ร	เ
เ	ธ	อ	ด	ผ	ธ	ก	ล	ต	ห	ห	ห	ไ	ง
ก	ฉ	น	ฝ	จ	ภ	า	ก	ล	อ	น	น	ว	พ
ธี	ท	า	แ	ญ	ธ	พ	น	ิ	ย	า	ย	้	น
่	ว	ถ	ป	ภ	ผ	ย	ด	บ	ย	ว	ณ	ฉ	า
ย	ญ	ก	ห	้	ุ	์	ช	ม	า	ล	ธ	ต	ฉ
ว	ป	ธ	ท	ย	้	ป	ร	ะ	ด	ิ	ษ	ฐ	์
ข	ล	ส	ต	บ	อ	ผ	ุ	้	เ	ข	ธี	ย	น
้	ท	ง	เ	ถ	่	บ	ร	ิ	บ	ท	ต	ส	ต
อ	ร	์	ต	ส	า	ศ	ต	ิ	้	ว	ะ	ร	ป
ง	แ	ฉ	ข	ญ	น	ย	ธี	ข	เ	ห	ถ	า	ช
ค	ว	า	ม	เ	ป	็	น	ค	ู	่	ข	ช	ซ

ผู้เขียน	ตลก
การผจญภัย	ประดิษฐ์
หน้า	ผู้อ่าน
ชุด	วรรณกรรม
บริบท	บทกวี
ความเป็นคู่	ที่เกี่ยวข้อง
มหากาพย์	นิยาย
กลอน	อนาถ
เขียน	เรื่องราว
ประวัติศาสตร์	

61 - Meer Informatie

เ	ด	ล	อ	น	า	ค	ต	ม	ส	ส	ษ	ป	ฝ
ท	า	ห	ึ	ด	ะ	ป	ง	ห	ิ	ุ	จ	ส	ถ
ค	ว	ุ	ห	ก	จ	น	า	ั	ท	ด	พ	ถ	ส
โ	เ	่	น	ท	ล	ฝ	ล	ศ	ธ	ข	น	า	ส
น	ค	น	ั	่	ย	ั	ฟ	จ	ิ	ื	ย	น	ก
โ	ร	ย	ง	ี	า	อ	บ	ร	์	ด	ุ	ก	า
ล	า	น	ส	ซ	ต	้	ล	ร	ไ	ฟ	โ	า	ร
ย	ะ	ต	ื	ก	ง	พ	ซ	ย	ผ	า	ท	ร	ร
ี	ห	์	อ	ล	ว	เ	ร	์	ณ	ะ	เ	ณ	ะ
ญ	์	ล	ป	แ	ล	โ	ล	ก	ม	ซ	ป	์	เ
โ	ร	ง	ภ	า	พ	ย	น	ต	ร	์	ื	บ	บ
ม	ไ	ฉ	ข	ก	า	ป	ไ	ล	พ	ด	ย	พ	ิ
ใ	ก	ฉ	ช	ถ	ภ	ส	ญ	ฟ	ค	บ	แ	ห	ด
ด	ิ	ส	โ	ท	เ	ป	ี	ย	ศ	โ	แ	ป	ร

โรงภาพยนตร์   โคลน
หนังสือ   ลึกลับ
ไฟ   สิทธิ์
เพ้อฝัน   ดาวเคราะห์
ดิสโทเปีย   หุ่นยนต์
การระเบิด   สถานการณ์
สุดขีด   กาแลกซี่
มหัศจรรย์   เทคโนโลยี
อนาคต   ยูโทเปีย
ภาพลวงตา   โลก

62 - Haartypes

อ	ฉ	ห	ฟ	ล	ภ	บ	ก	ฝ	อ	ห	ซ	ด	ม
อ่	ษ	ช	ด	ธ	ผ	า	เ	ง	อิ	น	ย	บ	ไ
อ	ส	เ	ง	า	ไ	ง	ก	ไ	ค	ก	ว	อิ	ธ
น	อ้	อั	ส	ห	อั	ว	ล	อ้	า	น	น	ย	ก
น	อ	ฉ	อ	ษ	ส	ไ	น	ภ	ท	น	ญ	ส	อั
อุ	ญ	ผ	ะ	ฉ	ท	ถ	ข	ย	เ	ฝ	อ	จ	ย
อ่	ช	อำ	ษ	ภ	ถ	จ	ซ	า	อี	พ	อ	ฝ	ห
ม	ช	ด	ร	ะ	ฉ	ภ	ผ	ว	ส	บ	ธ	อ	อ
อ	น	อี	ศ	า	ศ	อ	ศ	ช	ศ	ไ	ไ	ค	แ
ไ	ว	ส	อี	น	อ้	อำ	ต	า	ล	ง	พ	ซ	ษ
ผ	น	น	ง	ส	ข	ฟ	เ	ห	น	ฟ	ว	จ	ข
ช	ง	ก	อั	ถ	แ	ห	อ้	ง	ห	ห	ฉ	ม	า
ซ	ด	อ์	น	อ	ล	บ	อี	ส	ง	จ	ร	พ	ว
ส	เ	ษ	ห	แ	ข	อ๋	ง	แ	ร	ง	พ	ด	ฟ

สีบลอนด์   สีเทา
สีน้ำตาล   หนังศีรษะ
หนา   หัวล้าน
แห้ง   สั้น
บาง   หยิก
สี   ยาว
ถัก   ขาว
แข็งแรง   อ่อนนุ่ม
เงา   เงิน
หยัก   สีดำ

63 - Stad

ร	้	า	น	ห	น	ั	ง	ส	ื	อ	ม	ญ	ย
ณ	น	ิ	บ	ม	า	น	ส	พ	ช	ษ	ไ	ผ	ญ
ฉ	ย	ส	ว	น	ส	ั	ต	ว	์	ต	พ	ข	เ
โ	ี	โ	ร	ง	ล	ะ	ค	ร	ค	ค	ล	ม	ส
เ	ร	า	ค	า	น	ธ	ต	ถ	ร	ห	พ	า	ป
บ	เ	ง	น	จ	ร	ว	ะ	ง	า	ไ	ย	ร	ด
เ	ง	ร	ภ	ธ	ษ	ช	แ	ณ	ห	ก	า	้	ื
ก	ร	ข	้	า	ฬ	ี	ก	ม	า	น	ส	า	้
อ	โ	ม	ะ	า	พ	ศ	ด	ฟ	อ	ิ	ฟ	น	ม
ร	ม	ป	ป	า	น	ย	ไ	ป	น	ิ	ร	ข	ไ
ื	โ	ร	ง	แ	ร	ม	น	ว	า	ล	จ	า	ก
่	ท	แ	ท	ษ	น	ฉ	ย	ต	้	ค	ฝ	ย	อ
ห	้	อ	ง	ส	ม	ุ	ด	ห	ร	อ	ช	ย	ด
พ	ิ	พ	ิ	ธ	ภ	ั	ณ	ฑ	์	์	ฝ	า	ญ

ร้านขายยา	คลินิก
เบเกอรี่	สนามบิน
ธนาคาร	ตลาด
ห้องสมุด	พิพิธภัณฑ์
โรงภาพยนตร์	ร้านอาหาร
ดอกไม้ดี	โรงเรียน
ร้านหนังสือ	สนามกีฬา
สวนสัตว์	โรงละคร
โรงแรม	ร้าน

64 - Creativiteit

ญ	ท	ค	ว	า	ม	ช	ั	ด	เ	จ	น	ซ	ธ
ค	ว	า	ม	ป	ร	ะ	ท	ั	บ	ไ	จ	ม	บ
ป	ภ	า	พ	ด	า	ศ	ก	ศ	ท	ั	ก	ษ	ะ
ร	ถ	ฟ	น	ร	ก	ไ	ิ	เ	ฝ	ค	ไ	ก	เ
ะ	ศ	ถ	ข	า	า	ง	ั	ล	พ	อ	ข	า	ส
ด	ณ	ช	ั	ม	น	ไ	ช	ก	ป	ข	เ	ร	ซ
ิ	ณ	อ	ม	่	ต	ไ	อ	ณ	ณ	ะ	ร	แ	ก
ษ	ห	ส	ั	า	น	ส	เ	เ	ไ	ห	ล	ส	ะ
ฐ	์	ณ	ข	ด	ิ	ณ	ป	ณ	ด	ญ	ป	ด	น
์	ฟ	ณ	เ	ล	จ	ห	ย	ฉ	ฝ	ี	ถ	ง	ิ
ค	ว	า	ม	ร	ุ	้	ส	ึ	ก	ฝ	ย	อ	ม
ห	ภ	ต	า	ร	ธ	ท	ป	ร	ี	ช	า	อ	ิ
ไ	ข	ษ	ว	ส	า	แ	ซ	า	ณ	า	า	ก	ต
แ	ฉ	บ	ค	ณ	ล	อ	ไ	ถ	ะ	ธ	พ	ญ	ม

ศิลปะ
ภาพ
ดราม่า
แท้
อารมณ์
ความรู้สึก
ความชัดเจน
ไอเดีย
ความประทับใจ

ความเข้มข้น
ปรีชา
ประดิษฐ์
การแสดงออก
ทักษะ
จินตนาการ
นิมิต
พลัง
ไหล

65 - Natuur

ท	◌ี	◌่	ห	ล	บ	ภ	◌ั้	ย	ส	ง	บ	ล	ย
ส	ภ	ไ	า	ป	ห	ส	◌ำ	ค	◌ั	ญ	ม	า	ก
ผ	◌ุ	ถ	ก	ค	ท	น	อ	◌้	ร	ต	ข	เ	ล
า	เ	ก	ภ	ผ	ช	อ	◌้	ม	ไ	บ	ไ	ธ	ม
แ	ข	ท	เ	ะ	ต	◌่	ม	า	ข	ส	ไ	า	อ
ก	า	ญ	ว	เ	บ	ร	ห	ค	ผ	ว	ผ	ร	ฉ
ช	ต	ถ	ก	แ	า	ค	ม	ว	เ	า	◌ื	น	ณ
น	ว	◌ิ	ก	จ	ว	ท	อ	า	ม	ศ	◌ั้	◌้	ส
ช	ป	ช	ก	ศ	ถ	ง	ก	ม	ศ	ฝ	ง	◌ำ	ะ
ภ	ล	ฆ	ว	◌์	ต	◌ั	ส	ง	พ	ข	ญ	แ	ผ
ไ	ศ	ม	ป	ร	ร	ด	บ	า	◌่	ฟ	ห	ข	ซ
ท	ะ	เ	ล	ท	ร	า	ย	ม	า	◌ิ	ส	◌็	ญ
ร	ว	ธ	ม	า	ข	จ	อ	ศ	ไ	พ	น	ง	ส
แ	ม	◌่	น	◌้	◌ำ	พ	ล	ว	◌ั	ต	ป	◌่	า

อาร์กติก	หมอก
ภูเขา	แม่น้ำ
ผึ้ง	สงบ
ป่า	ความงาม
สัตว์	ที่หลบภัย
พลวัต	นิ่ง
ร่อน	เขตร้อน
ใบไม้	สำคัญมาก
ธารน้ำแข็ง	ทะเลทราย
หน้าผา	เมฆ

66 - Zoogdieren

ธ	ฝ	ศ	ค	ง	ผ	ญ	น	ญ	ผ	ห	ง	ส	จ
บ	ร	ด	อ้	ย	อ	ณ	จ	ะ	ด	ผ	า	อิ	ก
ไ	ด	ศ	อี	ม	ฟ	อุ	ล	ห	อ	ส	อ้	ง	ล
ก	ร	ะ	ต	อ่	า	ย	ฐ	ม	ต	ภ	ช	โ	น
พ	ล	า	ย	แ	ว	พ	ฟ	า	ร	อี	ย	ต	ห
แ	ม	ว	โ	บ	ฝ	ป	ล	า	โ	ล	ม	า	ม
แ	พ	ะ	ค	ม	อี	ฟ	อ็	อ	ก	ซ	อ์	ล	า
ม	อ้	า	โ	ะ	น	เ	ะ	ไ	ว	จ	ภ	ล	ป
ญ	ถ	ฉ	ป	ฉ	บ	บ	ว	เ	โ	ค	ษ	อิ	อ่
ภ	ศ	ธ	ส	บ	ษ	แ	ฝ	อ	ถ	ฟ	ว	ร	า
ม	พ	ศ	ภ	ศ	ล	ว	ค	บ	ร	ก	ฟ	อ	เ
จ	อิ	ง	โ	จ	อ้	ห	เ	ะ	ช	อ์	เ	ก	เ
ท	ษ	ผ	ศ	ข	จ	บ	ด	ไ	ล	จ	ง	ท	น
ด	ไ	ไ	ซ	ง	า	ษ	ข	เ	ถ	ส	บ	ฟ	ป

ลิง	จิงโจ้
บีเวอร์	แมว
โคโยตี้	กระต่าย
ปลาโลมา	สิงโต
ลา	ช้าง
แพะ	ม้า
ยีราฟ	โค
กอริลลา	ฟ็อกซ์
หมา	วาฬ
อูฐ	หมาป่า

67 - Overheid

ส	ด	ฉ	ย	ฉ	ร	แ	ร	า	ป	พ	ถ	ส	า
เ	ั	ฝ	ท	น	้	อ	า	ห	ร	จ	ก	ิ	ค
อ	ส	ญ	ภ	บ	ฐ	ย	ก	ฟ	ะ	น	ฏ	ท	ช
ผ	น	ร	ล	อ	ย	่	า	ง	ช	แ	ห	ธ	ช
ป	น	ุ	อี	ั	เ	ษ	ล	ก	า	ต	ม	ิ	ง
ร	ย	ซ	ส	ภ	ก	ม	ุ	ผ	ธ	ิ	า	แ	ก
ะ	น	ง	ด	า	า	ษ	ต	ก	ิ	า	ย	ส	า
เ	ผ	ต	ะ	ธ	ว	พ	ณ	ผ	ป	ช	เ	ง	ร
ท	ว	ก	ด	ศ	ช	ร	ผ	์	ไ	บ	ข	บ	เ
ศ	ต	ล	ล	ข	จ	ช	อี	ง	ต	ั	ต	ค	ม
ห	ั	ว	ห	น	้	า	ส	ย	ย	ด	จ	ำ	อี
พ	ล	เ	ร	อี	อ	น	ฟ	ร	์	ะ	ญ	พ	อ
ค	ว	า	ม	ย	ุ	ต	ิ	ธ	ร	ร	ม	ุ	ง
ค	ว	า	ม	เ	ส	ม	อ	ภ	า	ค	ถ	ด	ร

พลเรือน	การเมือง
ประชาธิปไตย	สิทธิ
อย่าง	สงบ
ความเสมอภาค	รัฐ
ตุลาการ	สัญลักษณ์
ความยุติธรรม	คำพูด
หัวหน้า	เสรีภาพ
อนุสาวรีย์	กฎหมาย
ประเทศ	เขต
ระดับชาติ	

68 - Exploratie

ณ	ด	ไ	เ	ภ	ย	า	เ	อ	ไ	ธ	ย	ธ	ร
ไ	จ	ก	ไ	จ	◌ู	ร	ฉ	แ	ง	ส	อ	ษ	ข
ฉ	ะ	ป	ษ	ซ	บ	ม	ร	ร	ธ	น	ฒ	◌ั	ว
เ	ด	◌ิ	น	ท	า	ง	◌ิ	แ	ก	ผ	ไ	า	ย
ก	น	เ	ฉ	ะ	ร	ล	พ	ป	ธ	ล	า	ป	แ
า	ห	ร	ว	บ	ท	ษ	ข	ด	ร	ไ	บ	ช	ช
ร	◌ำ	◌ี	ษ	ง	◌่	ล	ก	ไ	ข	ะ	ท	ร	ล
ค	ก	ย	ต	◌่	ม	ห	ไ	◌ิ	ป	ศ	เ	แ	ษ
◌้	ร	น	ส	ห	ไ	ล	ผ	ษ	จ	า	ต	ท	ธ
น	า	ร	ว	ป	า	ผ	เ	ค	ภ	ก	ฟ	เ	ศ
พ	ก	◌ู	◌์	ง	◌่	ภ	จ	ป	า	ว	ร	จ	พ
บ	ร	◌้	ต	ล	ศ	า	ง	ไ	ษ	อ	ม	ร	ร
ร	ต	อ	◌ั	น	ต	ร	า	ย	า	ผ	ธ	ซ	ม
ฟ	า	ข	ส	ด	ป	แ	จ	ธ	ม	ผ	ถ	จ	ภ

กิจกรรม
การกำหนด
วัฒนธรรม
สัตว์
อันตราย
เรียนรู้
ใหม่
ไม่ทราบ

การค้นพบ
เดินทาง
อวกาศ
ภาษา
ภูมิประเทศ
ไกล
ป่า

69 - Voertuigen

เ ร เ ค ร ◌ื ◌่ อ ง ย น ต ◌์ ว
ฮ ณ ถ ร ย ม ไ ถ ล ณ ผ เ ะ ษ
ล จ ส แ ถ ว ด ว ร จ ล ร พ ค
◌ิ ◌ั เ ก ท เ ว ป ถ ร า ◌ื แ ไ
ค ก ค า ◌ุ ร ม ฉ ก ฉ บ อ ท ร
อ ร ร ฟ ก ◌็ ก ล ฉ ล า ด ◌็ ถ
ป ย ◌ื ม ◌ุ น ต เ ◌์ ผ ย ◌ำ ก ไ
เ า ◌่ า ท ซ ก เ ต ฟ พ น ซ ฟ
ต น อ ข ร ถ ไ ฟ ต อ ถ ◌ั ◌ื ไ
อ จ ง ◌ั ร ป ต า ะ อ ร ◌ำ ◌่ ต
ร ย บ อ บ ฟ พ า ะ ◌ื ร ◌์ จ ◌ั
◌์ ช ◌ิ ◌ื ถ ป ด ซ ช ร ห ◌์ ศ ด
บ ส น ร ร ฟ ง ท พ เ ย า ง ◌ิ
ห ข ห เ ค า ร า ว า น ท ค น

รถพยาบาล	เรือดำน้ำ
รถ	จรวด
ยาง	สกู๊ตเตอร์
เรือ	แท็กซี่
รถเมล์	รถแทรกเตอร์
คาราวาน	รถไฟ
จักรยาน	เรือข้ามฟาก
เฮลิคอปเตอร์	เครื่องบิน
รถไฟใต้ดิน	แพ
เครื่องยนต์	รถบรรทุก

70 - Geografie

จ	ภ	ษ	ซ	ค	ล	แ	ภ	ก	ห	ม	ผ	เ	ม
ร	เ	ป	อี	ว	ท	ม	า	โ	ถ	ม	ป	ม	ห
แ	ภ	ร	ก	ญ	อ	อ่	ค	ซ	ล	อ	จ	อี	า
ข	ต	ะ	โ	ซ	ว	น	ถ	ช	ห	ก	แ	อ	ส
ภ	ะ	เ	ล	ญ	ไ	อ้	อือ	ช	ผ	ธ	อ	ง	ม
อู	ว	ท	ก	เ	ส	อำ	ต	ห	ล	ม	ด	ฉ	อุ
เ	อ็	ศ	ว	ธ	ก	ส	ท	เ	เ	ค	จ	ฟ	ท
ข	น	ะ	ป	ม	ว	า	พ	ไ	ะ	ศ	อู	อ่	ร
า	ต	ก	ณ	ณ	ผ	บ	ะ	ฟ	ท	แ	อิ	อี	ป
ฝ	ก	ต	ฉ	ร	ข	ฉ	อ	เ	ซ	ย	ต	ท	บ
เ	ม	อ	ร	อิ	เ	ด	อือ	ย	น	ก	ะ	น	ไ
แ	อ	ต	ล	า	ส	บ	ศ	า	ฉ	ถ	ล	ผ	ต
ร	ะ	ด	อ้	บ	ค	ว	า	ม	ส	อู	ง	แ	อ้
เ	ส	อ้	น	ศ	อู	น	ย	์	ส	อุ	ต	ร	ฝ

แอตลาส   เมอริเดียน
ภูเขา   ทิศเหนือ
ละติจูด   มหาสมุทร
ทวีป   ภาค
เกาะ   แม่น้ำ
เส้นศูนย์สูตร   เมือง
ซีกโลก   โลก
ระดับความสูง   ตะวันตก
แผนที่   ทะเล
ประเทศ   ใต้

71 - Kunstbenodigdheden

ห	ก	แ	ต	า	ใ	เ	ผ	พ	ว	บ	เ	บ	น
พ	ม	ร	ศ	ไ	ช	ม	จ	ฟ	ป	ข	ษ	ถ	ภ
ไ	ด	ึ	ะ	ต	จ	พ	า	โ	ส	ไ	ไ	ซ	ว
ข	บ	ส	ก	ด	แ	ณ	ไ	ต	อ	ซ	ก	า	ว
เ	ท	อ	ถ	ล	า	ป	ล	๊	ะ	ภ	ว	ข	พ
ภ	ส	ี	น	้	ำ	ษ	ร	ะ	ค	ว	น	า	น
ใ	า	้	ถ	น	อ	ำ	ช	ง	ร	ภ	ธ	ต	น
ใ	พ	า	่	ก	ล	้	อ	ง	ิ	ย	า	้	้
ภ	ช	้	า	ด	ิ	น	ส	อ	ี	ส	้	ำ	
ท	ษ	ก	น	ไ	ต	ต	ฉ	บ	ิ	ด	ฝ	ง	ม
ม	ย	เ	แ	ณ	ญ	์	ย	ล	ค	เ	ฝ	ฝ	้
ก	า	ง	จ	ณ	ล	จ	ษ	ง	ป	อ	ถ	ฝ	น
ณ	ค	ด	แ	ส	ศ	ถ	ย	า	ล	ไ	ธ	ฟ	ว
ณ	เ	ภ	ฝ	ข	ญ	ง	อ	ย	ภ	ธ	จ	ฟ	ล

อะคริลิค	สี
สีน้ำ	กาว
แปรง	น้ำมัน
กล้อง	กระดาษ
ขาตั้ง	พาส
ยางลบ	ดินสอ
ถ่าน	เก้าอี้
ไอเดีย	โต๊ะ
หมึก	น้ำ
เคลย์	

72 - Barbecues

อ	อ	เ	อ	ผ	ธ	ไ	ซ	ข	มั	ม	ไ	ล	ผ
ล	า	ก	า	น	วั	น	อ	ั	ร	อ	รี	ซ	ฝ
อ	ห	ล	ห	ช	ก	ก	ส	ส	แ	ั้	ฤ	ด	ญ
ไ	า	รี	า	ถ	พ	บ	ท	ต	ช	ส	ด	ั	ด
ม	ร	อ	ร	รี	ร	ต	น	ด	ไ	ฟ	ุ	ล	ว
ะ	ก	จ	เ	จ	ิ	แ	ห	ต	ว	ไ	ร	ส	ข
เ	ล	ผ	ย	ษ	ก	บ	ฝ	ท	ั	ว	ั้	ส	เ
ข	า	น	ึ	า	ไ	ง	พ	ก	ร	แ	อ	ณ	ธ
ือ	ง	พ	น	ช	ท	ด	เ	ก	ค	บ	น	ม	ไ
อ	ว	ง	ส	ป	ย	อ	ส	อ	บ	ง	น	ญ	ว
เ	้	ก	า	ร	เ	ช	ือ	ั	อ	เ	ช	ิ	ญ
ท	น	น	ฝ	่	ก	ไ	บ	ล	ร	ถ	ต	ม	า
ศ	เ	ค	ถ	ว	ย	ง	ะ	ศ	ค	แ	ร	ท	ค
ค	ว	า	ม	ห	ิ	ว	ห	ั	ว	ห	อ	ม	ษ

อาหารเย็น
ครอบครัว
ผลไม้
ย่าง
ผัก
ร้อน
ความหิว
ไก่
อาหารกลางวัน
มีด

ดนตรี
พริกไทย
สลัด
ซอส
มะเขือเทศ
หัวหอม
การเชื้อเชิญ
ส้อม
ฤดูร้อน
เกลือ

73 - Schoonheid

เ	ค	ร	ือ	อ่	อ	ง	ส	ำ	อ	า	ง	ส	ือ
ฉ	อ	ฑ	บ	ร	อิ	ก	า	ร	ฝ	ห	ห	ศ	ส
ธ	อ	อ์	แ	ต	อ่	ง	ห	น	อ้	า	ย	น	ธ
ไ	ส	ณ	า	ง	ย	บ	แ	ช	ม	พ	อุ	อิ	เ
ฟ	บ	ภ	ค	ว	า	ม	ง	ด	ง	า	ม	ล	ก
ย	า	อ้	ห	ค	ท	อ่	บ	ะ	ก	ส	ฉ	อิ	ข
ร	จ	ต	อ์	ต	ข	ณ	ง	ญ	ร	ไ	ผ	ป	ถ
ก	ล	อิ	อ่	น	ห	อ	ม	ส	ะ	ต	อิ	ส	อ่
ไ	ก	ล	น	ย	ก	ฟ	บ	ค	จ	ล	ว	ต	า
ร	เ	ผ	ส	ถ	ฟ	บ	ว	ค	ก	อิ	ไ	อิ	ย
ร	ร	า	เ	ใ	า	ถ	ภ	ท	ภ	ส	ต	ก	ร
ก	ษ	ษ	ก	ญ	ถ	ง	ข	ณ	ห	ต	ญ	ะ	อุ
บ	ย	อื	ร	เ	ร	ห	ส	พ	ง	อ์	ะ	ธ	ป
ร	ย	ป	ซ	ม	า	ส	ค	า	ร	อ่	า	ะ	ข

เสน่ห์	สี
เครื่องสำอาง	หยิก
บริการ	ลิปสติก
สง่า	มาสคาร่า
ความงดงาม	ผลิตภัณฑ์
ถ่ายรูป	กรรไกร
เกรซ	แชมพู
กลิ่นหอม	กระจก
เรียบ	สไตลิสต์
ผิว	แต่งหน้า

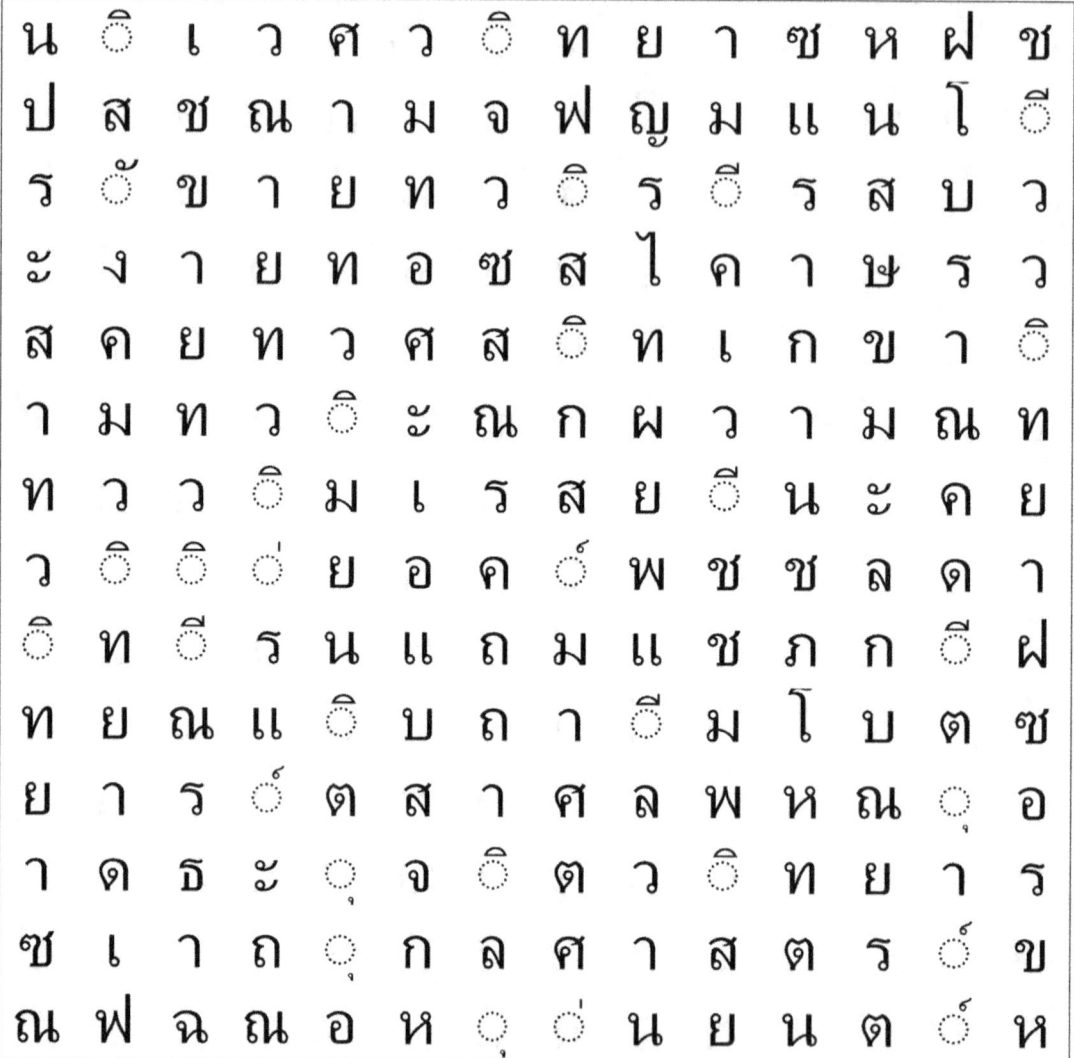

โบราณคดี

ชีวเคมี

ชีววิทยา

เคมี

นิเวศวิทยา

สรีรวิทยา

ธรณีวิทยา

กลศาสตร์

อุตุนิยมวิทยา

แร่วิทยา

ฟิสิกส์

ประสาทวิทยา

จิตวิทยา

หุ่นยนต์

สังคมวิทยา

อณหพลศาสตร์

โภชนาการ

75 - Bijvoeglijke Naamwoorden

า	ฟ	ต	ว	เ	แ	จ	ภ	ส	ะ	เ	ส	ศ	ล
ป	ก	ต	ิ	ฉ	ค	ธ	ข	ภ	ด	ป	ร	ห	ม
แ	ท	้	ห	ไ	ไ	็	ร	ฺู	ไ	็	้	ท	ี
า	่	ป	ใ	ผ	ห	บ	ม	ม	อ	น	า	ว	พ
่	ผ	ล	ล	ร	เ	ม	ท	ิ	ฺุ	ธ	ง	ฉ	ร
ม	ร	ย	น	น	ข	ท	่	ใ	ด	ร	ส	น	ส
า	ฟ	า	ณ	ท	ฝ	ว	น	จ	ม	ร	ร	่	ว
ร	ั	บ	ผ	ิ	ด	ช	อ	บ	ส	ม	ร	า	ร
ด	า	ิ	ม	ฟ	ะ	น	น	ย	ม	ช	ค	ส	ร
ป	ต	ธ	า	ภ	ร	ข	ง	ไ	บ	า	์	น	ค
เ	ห	น	ื	่	อ	ย	ว	ส	ฺุ	ต	พ	ไ	์
ภ	ฝ	ถ	ต	จ	ร	ฟ	่	ง	ร	ิ	ฉ	จ	อ
ร	ย	ส	ร	ค	ญ	ภ	ง	ใ	ณ	ณ	า	ย	ณ
แ	ข	็	ง	แ	ร	ง	ผ	ศ	์	ะ	ง	ภ	ห

แท้	ใหม่
มีพรสวรรค์	ปกติ
ธิบาย	อุดมสมบูรณ์
สร้างสรรค์	ง่วงนอน
ดราม่า	ภูมิใจ
แข็งแรง	รับผิดชอบ
หิว	สด
น่าสนใจ	ป่า
เหนื่อย	เค็ม
เป็นธรรมชาติ	

76 - Kleding

ร	แ	อ	บ	ณ	ง	จ	ผ	ค	ณ	ถ	ก	ห	จ
อ	ผ	จ	อ	แ	พ	บ	ต	ล	ด	ฺุ	ช	ข	ร
ง	ั๋	ส	็	ผ	ฟ	แ	อ	ม	ือ	ง	ฺุ	ถ	ธ
เ	า	ร	ร	ค	ซ	ช	ย	ะ	แ	เ	ส	ย	บ
ท	พ	ั๋	ง	ษ	เ	ง	ั	ฉ	ท	ท	ร	ือ	ภ
ั๋	ั้	อ	ร	ช	ฉ	ก	ใ	ั	บ	ั๋	ั๋	น	เ
า	น	ย	ป	ฺุ	ว	เ	็	ว	น	า	อ	ส	ส
น	ค	ค	โ	ด	ณ	ง	ฝ	ต	ล	ะ	ย	์	ือ
ศ	อ	อ	ะ	น	ภ	า	ล	แ	ค	ผ	ข	ไ	ั๋
ญ	ส	ล	ร	อ	ส	ก	ก	ค	ฟ	น	ั๋	ว	อ
ห	ม	ว	ก	น	อ	ต	ญ	ห	ล	ร	อ	ไ	ฝ
ร	อ	ง	เ	ท	้	า	แ	ต	ะ	ป	ม	ฟ	ณ
ซ	ณ	ม	ถ	บ	ท	ค	้	โ	อ	ั๋	ือ	ส	เ
เ	ข	็	ม	ข	ั๋	ด	อ	ฝ	ถ	ต	อ	ไ	ว

สร้อยข้อมือ	แฟชั่น
กางเกง	ชุดนอน
ถุงมือ	เข็มขัด
หมวก	กระโปรง
เสื้อโค้ท	รองเท้าแตะ
แจ็คเก็ต	รองเท้า
ยีนส์	เสื้อ
ชุด	ผ้าพันคอ
สร้อยคอ	ถุงเท้า

77 - Vliegtuigen

เ	ก	า	ร	ก	อ่	อ	ส	ร	้าง	า	ง	พ	ฉ
ค	ก	า	ร	ผ	จ	ญ	ภ	ั	ย	ง	ถ	ไ	ล
ร	ผ	ู้	่	โ	ด	ย	ส	า	ร	ป	ห	ม	ู
ือ	ค	ว	า	ม	ป	ั่	่น	ป	่	ว	น	ก	
่	ล	ง	ด	ส	ง	ม	ร	ม	ไ	ล	อ	ว	โ
อ	ล	ว	บ	อ	า	ก	า	ศ	ณ	ู	ค	ง	ป
ง	ฝ	ไ	บ	ภ	ท	ธ	ภ	า	ด	ก	ว	ท	่
ย	ย	ผ	แ	ษ	ำ	ก	ธ	ผ	ข	เ	า	่	ง
น	บ	ิ	ก	ั้น	ช	ต	ด	ภ	ร	ม	า	า	
ต	ท	้	อ	ง	ฟ	้า	ร	ฝ	ือ	ส	เ	ท	
์	ล	ธ	อ	ด	ท	ฉ	จ	ไ	า	อ	ู	ร	ศ
เ	ช	ือ	้	อ	เ	พ	ล	ิ	ง	ก	ง	ือ	ิ
บ	ร	ร	ย	า	ก	า	ศ	ห	ฝ	จ	ล	อ	ท
ง	ป	ร	ะ	ว	ั	ต	ิ	ศ	า	ส	ต	ร	์

การตกทอด
บรรยากาศ
การผจญภัย
ลูกโป่ง
ลูกเรือ
การก่อสร้าง
เชื้อเพลิง
ประวัติศาสตร์
ท้องฟ้า
ความสูง

ท่าเรือ
อากาศ
เครื่องยนต์
นำทาง
ออกแบบ
ผู้โดยสาร
นักบิน
ทิศทาง
ความปั่นป่วน

78 - Herbalisme

```
ผ ล า เ ว น เ ด อ ร ์ ส น ญ
ด ั ส พ ถ น ่ โ า ก ิ ร อ อ
อ แ ก ว น ย ธ ธ พ ไ ส ฝ ป ร
ก เ ์ ช น ว ฟ ต ะ ต ม ญ ภ ณ
ไ ข ม ย ี ท เ ะ ร ก ต ก ด ผ
ม ี ธ ค ถ ฝ จ เ ห ผ ล ถ ะ แ
ั ย ไ ย จ เ ร ฝ โ ะ ท ศ อ ฉ
ส ว ด อ ร ถ ศ ์ ร ส ช า ต ิ
พ ห อ ม ส น ร ั ่ ฝ า ้ ญ ห
ท า ร ์ ร า ก อ น ง อ ฉ ล ไ
ล ว ภ ม า ร ์ โ จ แ ร ม ภ ญ
ศ ป ก ณ โ ร ส แ ม ร ี ่ ห ษ
ไ ม ษ ล ุ ณ ส ่ ว น ผ ส ม ญ
ะ ง ม ฝ ส ค ผ ั ก ช ี ล า ว
```

หอม	ลาเวนเดอร์
โหระพา	มาร์โจแรม
ดอกไม้	ออริกาโน่
ผักชีลาว	ผักชีฝรั่ง
ทาร์รากอน	โรสแมรี่
เขียว	หญ้าฝรั่น
ส่วนผสม	รสชาติ
กระเทียม	ไธม์
คุณภาพ	สวน

79 - Kracht en Zwaartekracht

ข	ผ	ฟ	ฟ	ต	ร	ว	ร	ผ	ถ	เ	บ	ก	ค
ย	ภ	ฝ	ก	ต	จ	ั๋	ส	ท	บ	ล	ป	า	ว
พ	บ	พ	น	ั้	ค	ร	า	ก	จ	แ	ข	ร	า
ท	ก	ศ	ั๊	ด	โ	เ	ก	ล	ต	ก	พ	เ	ม
ด	า	ก	ห	ณ	ง	ม	ล	ั๋	ว	น	ป	ค	ด
ก	ร	แ	ำ	พ	ว	า	พ	ห	ว	เ	ค	ล	ั้
ล	ข	ไ	ั้	ษ	น	ว	น	เ	ศ	ไ	ุ	ื	น
ศ	ย	อ	น	แ	ย	ค	ณ	่	า	ไ	ณ	่	ศ
า	า	ง	ก	ง	ห	ส	ท	ม	ณ	แ	ส	อ	ม
ส	ย	ฝ	ค	ศ	ะ	ล	ผ	แ	พ	ร	ม	น	ย
ต	ต	ณ	ผ	ล	ก	ร	ะ	ท	บ	ห	บ	ไ	ฟ
ร	ั้	ถ	ผ	พ	ล	ว	ั๊	ต	ต	ม	ั้	ห	ษ
์	ว	ศ	ุ	น	ย	์	ก	ล	า	ง	ต	ว	ฟ
ร	ะ	ย	ะ	ท	า	ง	ส	์	ก	ส	ิ	ิ	ฟ

ระยะทาง ผลกระทบ
แกน แม่เหล็ก
วงโคจร กลศาสตร์
การเคลื่อนไหว ฟิสิกส์
ศูนย์กลาง การค้นพบ
ความดัน ความเร็ว
พลวัต เวลา
คุณสมบัติ การขยายตัว
น้ำหนัก สากล

80 - Het Bedrijf

สร้างสรรค์   ความเป็นไปได้
หน่วย   การนำเสนอ
ทั่วโลก   ผลิตภัณฑ์
รายได้   มืออาชีพ
นวัตกรรม   ชื่อเสียง
การลงทุน   ความคืบหน้า
คุณภาพ   การจ้างงาน
ค่าจ้าง   ธุรกิจ

81 - Rijden

เ	ม	ต	◌ุ	ห	เ	ต	◌ิ	บ	◌ั	◌ุ	อ	ค	ร
บ	ง	ฝ	ม	ถ	ค	ธ	จ	อ	ก	ย	ไ	น	ถ
ร	ว	ไ	ว	ธ	ร	ก	แ	อ	◌ุ	ษ	ผ	เ	จ
ค	ฝ	แ	จ	บ	◌ื	แ	ผ	น	ท	◌ี	◌่	ด	◌ั
ต	ค	ร	ผ	ง	◌่	ส	น	ข	ร	า	ก	◌ิ	ก
แ	◌ำ	ถ	ฝ	ท	อ	อ	บ	อ	ร	ว	า	น	ร
ก	ไ	ร	น	ฉ	ง	◌ั	ค	◌ุ	บ	า	ร	เ	ย
◌ึ	บ	ง	ว	น	ย	น	ว	โ	ถ	ง	จ	ท	า
ส	อ	ไ	ธ	จ	น	ต	า	ม	ร	ว	ร	◌ั	น
น	น	ย	ฉ	ค	ต	ร	ม	ง	ภ	ล	า	า	ย
ส	◌ุ	ณ	ภ	า	◌์	า	เ	ค	ว	ช	จ	ซ	น
อ	ญ	ห	พ	ล	า	ย	ร	◌์	ม	ล	ร	จ	ต
ซ	า	ศ	พ	ย	ภ	แ	◌็	พ	เ	ล	น	ค	◌์
จ	ต	ย	จ	ป	ช	ป	ว	โ	ร	ง	ร	ถ	ส

รถ
โรงรถ
แก๊ส
อันตราย
แผนที่
ใบอนุญาต
เครื่องยนต์
รถจักรยานยนต์
อุบัติเหตุ

ตำรวจ
เบรค
ความเร็ว
ถนน
อุโมงค์
การจราจร
การขนส่ง
คนเดินเท้า
รถบรรทุก

82 - Wetenschap

ล	ศ	ถ	ธ	โ	ม	เ	ล	ก	ฺ	ล	พ	ว	ณ
ส	ิ	่	ง	ม	ี	ช	ี	ว	ิ	ต	ศ	ื	ท
ห	ล	ถ	ษ	ห	ย	ผ	ด	ร	ส	ส	ม	อ	ช
ข	้	อ	เ	ท	็	จ	จ	ร	ิ	ง	ส	จ	ต
ส	ห	ส	ก	า	ข	ฝ	ต	ฺ	า	ธ	่	ร	แ
ก	ม	ศ	ผ	ท	ย	ฟ	เ	ค	ม	ี	ล	บ	ฟ
ฟ	า	ม	ด	ศ	า	ก	า	อ	ม	ิ	ฺ	ภ	พ
ิ	ฟ	ร	ต	ร	า	ก	า	น	ฒ	ว	้	ิ	ว
ส	อ	ข	ท	ิ	ธ	ร	ร	ม	ช	า	ต	ิ	อ
ิ	ส	้	ธ	ด	ฐ	ว	ค	เ	ษ	า	ฟ	เ	ะ
ก	ซ	อ	ฉ	ค	ล	า	ห	ธ	บ	ว	ค	ฉ	ต
ส	ิ	ม	ล	ค	ก	อ	น	ค	า	ภ	ฺ	น	อ
์	ล	ฺ	ก	ต	ก	เ	ง	ั	ส	ร	า	ก	ม
ญ	แ	ล	แ	ร	ง	โ	น	้	ม	ถ	่	ว	ง

อะตอม วิธี
เคมี แร่ธาตุ
อนุภาค โมเลกุล
วิวัฒนาการ ธรรมชาติ
การทดลอง ฟิสิกส์
ข้อเท็จจริง การสังเกต
ฟอสซิล สิ่งมีชีวิต
ข้อมูล พืช
สมมติฐาน แรงโน้มถ่วง
ภูมิอากาศ

83 - Natuurkunde

ก	า	ร	ข	ย	า	ย	ต	ั	ว	ค	ค	เอ
ค	ข	ต	ว	ร	ฟ	ช	ภ	ก	ณ	ว	ว	คิ
ซ	ว	ผ	ญ	ช	ณ	ณ	ถ	า	ย	า	ร	เ
แ	โ	า	ใ	ร	บ	ภ	่	ร	ส	ม	ม	ลือ
จ	ม	ณ	ม	ฝ	ย	ะ	ี	ท	ฉ	ว	ห	่
อ	เ	อ	ฉ	เ	ซ	เ	ถ	ด	ส	ุ	น	อ	ก
แ	ล	น	ต	ศ	ร	ข	ม	ล	ู	่	า	ง	ต
ม	ก	เ	ท	ะ	ใ	็	า	อ	ต	น	แ	ย	ร
่	ุ	ล	ซ	จ	อ	ข	ว	ง	ร	ว	น	น	อ
เ	ล	อ	น	ุ	ภ	า	ค	อ	ล	า	่	ต	น
ห	ม	เ	ค	ม	ี	ข	ส	แ	ย	ย	น	์	ญ
ล	ว	์	ร	ต	ส	า	ศ	ล	ก	จ	ฝ	ม	ใ
็	ล	ก	า	ส	ล	ณ	ธ	ร	ศ	็	ถ	บ	ง
ก	จ	พ	า	ภ	ธ	ท	พ	ั	ม	ั	ส	บ	ย

อะตอม
ความวุ่นวาย
เคมี
อนุภาค
ความหนาแน่น
อิเล็กตรอน
การทดลอง
สูตร
ความถี่
แก๊ส

แม่เหล็ก
มวล
กลศาสตร์
โมเลกุล
เครื่องยนต์
สัมพัทธภาพ
ความเร็ว
การขยายตัว
สากล

84 - Muziekinstrumenten

ม	ห	ญ	ซ	ญ	ศ	จ	ร	เ	ช	ล	โ	ล	ท
า	ฟ	ผ	ต	ง	เ	า	ฟ	บ	ย	ถ	ญ	พ	ะ
ร	ไ	ข	แ	ไ	ช	น	ถ	ด	ไ	ซ	อ	อ	ต
ิ	ด	ค	ท	ป	ี	่	บ	า	ส	ซ	ุ	น	ี
ม	ว	ล	ม	ฮ	า	ร์	ป	ค	น	ฉ	บ	ร
บ	แ	า	บ	น	ฟ	โ	ซ	โ	ก	ซ	แ	โ	ะ
า	ต	ร	ุ	ิ	ล	ศ	า	ฟ	ข	ค	ภ	ม	ฌ
ฝ	ร	ิ	ร	ล	เ	ค	น	แ	ไ	ศ	ร	อ	ั
แ	่	เ	ี	ด	น	บ	ไ	ิ	ข	ป	ต	ร	ง
บ	า	น	น	โ	ย	ี	ป	เ	ล	ล	ด	ท	อ
น	ต	็	ม	น	ก	ล	อ	ง	ุ	อ	แ	ส	ั
โ	ี	ต	ล	ม	โ	อ	โ	บ	่	ฉ	โ	ไ	ฌ
จ	ก	อ	ม	แ	ข	บ	ค	ว	ย	ช	ซ	ว	ป
ฮ	า	ร์	โ	ม	น	ิ	ก	ุ	า	ภ	ไ	ไ

แบนโจ	แมนโดลิน
เชลโล	มาริมบา
ปี่บาสซูน	ฮาร์โมนิก้า
ขลุ่ย	เปียโน
กีตาร์	แซกโซโฟน
ฆ้อง	แทมบูรีน
ฮาร์ป	ทรอมโบน
โอโบ	กลอง
คลาริเน็ต	แตร
ตีระฆัง	ไวโอลิน

85 - Antiek

ร ◌ู ป แ บ บ ม ส ะ ส ก ◌ั น ถ
◌่ พ ถ ฝ ห ด ฟ ล ท ง ผ ฟ ม ย
ก า ร ฟ ◌ื ◌้ น ฟ ◌ู ◌่ ซ า อ ค
แ ภ ค พ ท ธ ท ถ ด า ว พ า ภ
ไ ณ เ า า ห ม แ ไ ◌่ ข ม ฝ แ
ไ ◌ุ ค พ ร ศ ก ย ม ค จ ฝ ส ก
ธ ค ป ร ะ ต ◌ิ ม า ก ร ร ม ล
เ ฟ อ ร ◌์ น ◌ิ เ จ อ ร ◌์ ผ เ
ญ ย า ศ ง จ ไ ไ ษ ข ต แ ◌ิ ล
ศ ย ง ต ต ก แ ต ◌่ ง พ แ ด อ
◌ิ ด ◌ี ว ก า ร ล ง ท ◌ุ น ป ร
ล ส ล ร ป ร ะ ม ◌ู ล ฝ ล ก ◌ื
ป ไ ฟ ร ห น น ค ช ด ท เ ต ◌่
ะ ซ พ ษ ซ เ ม ฝ ห ก ธ ถ ◌ิ ก

แท้	เหรียญ
ประติมากรรม	ผิดปกติ
ตกแต่ง	แก่
ศตวรรษ	ราคา
สง่า	การฟื้นฟู
แกลเลอรี่	ภาพวาด
การลงทุน	รูปแบบ
ศิลปะ	ประมูล
คุณภาพ	นักสะสม
เฟอร์นิเจอร์	ค่า

86 - Water

```
ม  ต  ม  ถ  ค  ว  ไ  ว  ถ  ต  บ  ใ  น  ว
น  ห  ก  ธ  ล  ณ  า  ง  ข  ึ  แ  ำ  ้  น
้  ช  า  ษ  อ  ฝ  ะ  ม  ิ  ห  ไ  น  ำ  พ
ำ  ล  ค  ส  ง  ง  น  ุ  ช  อ  ย  แ  พ  า
ท  ป  ก  ษ  ม  ฟ  ห  ส  ต  ื  ำ  ส  ุ  ย
่  ร  ย  ะ  ว  ุ  ฝ  ร  ค  ค  ้  ำ  ร  ุ
ว  ะ  ช  ื  ้  น  ท  ม  ไ  ล  น  น  ้  เ
ม  ท  ซ  า  ณ  า  ถ  ร  พ  ื  อ  ้  อ  ฮ
อ  า  ท  ะ  เ  ล  ส  า  บ  ่  ไ  ่  น  อ
า  น  ด  ื  ่  ม  ไ  ด  ้  น  ว  ม  ฉ  ร
บ  ก  า  ร  ร  ะ  เ  ห  ย  ก  ด  แ  ช  ื
น  ้  ื  ช  ม  า  ว  ค  ไ  ค  ว  แ  ร  เ
้  ศ  ธ  ก  ล  ร  แ  ศ  ฝ  ษ  ถ  ม  แ  ค
ำ  ฟ  ณ  ร  ง  ฉ  ท  ผ  ส  ณ  ก  ถ  ข  น
```

อาบน้ำ	พายุเฮอริเคน
ดื่มได้	น้ำท่วม
น้ำพุร้อน	ฝน
คลื่น	แม่น้ำ
น้ำแข็ง	หิมะ
ชลประทาน	ไอน้ำ
คลอง	การระเหย
ทะเลสาบ	วามชื้น
มรสุม	ชื้น
มหาสมุทร	ความชื้น

87 - Koffie

ข	ช	แ	ข	ค	เ	น	พ	ม	ท	เ	ช	้ํ	า
อ	ศ	ป	ต	ว	บ	้	แ	ก	จ	ี	ส	ป	ณ
ง	พ	ว	ล	า	ต	ํา	้	น	ส	ส	่	ธ	ไ
เ	ก	ส	ฝ	ม	เ	แ	ด	ื	่	ม	ฉ	ม	ย
ห	น	ศ	ถ	ห	ค	ซ	ญ	ะ	า	ช	ถ	ช	า
ล	ม	ข	จ	ล	ร	ผ	ข	ก	ร	อ	ง	ร	บ
ว	ฉ	บ	ญ	า	ี	ห	ว	ม	ี	ร	ค	า	แ
ถ	ไ	ห	า	ก	่	น	ื	อ	ฟ	เ	า	ค	ซ
ส	้	จ	ห	ห	อ	ย	น	ห	แ	ร	ญ	า	บ
ข	ง	ว	ะ	ล	ง	ษ	ช	น	ส	ี	ด	ํา	ด
ว	เ	เ	ย	า	ด	ะ	พ	่	ถ	ม	แ	ส	ษ
ษ	ม	ฟ	ม	ย	ื	ข	ช	ิ	ต	า	ช	ส	ร
ก	ฝ	พ	ค	ฝ	่	ษ	ไ	ล	ช	พ	ข	ท	ะ
ภ	ว	ว	ณ	ค	ม	ญ	ต	ก	บ	า	ฝ	ญ	ล

กลิ่นหอม	ที่มา
ถ้วย	ราคา
ขม	ครีม
คาเฟอีน	รสชาติ
เครื่องดื่ม	น้ำตาล
ดื่ม	ความหลากหลาย
กรอง	ของเหลว
บด	น้ำ
นม	สีดำ
เช้า	

88 - Schaken

ไ	ต	ธ	ฟ	ถ	ต	ข	ค	ป	ภ	ด	ย	ค	ก
ก	ญ	ซ	ว	ใ	ข	ษ	ฉ	ะ	ผ	ฉ	ฟ	บ	ฏ
เ	า	ค	ฺู	่	แ	ข	่	ง	แ	ภ	ป	ณ	ส
ส	ล	ร	ง	น	บ	ญ	ผ	ป	ใ	น	ี	ว	ค
้	ว	ฺู	แ	แ	ช	ม	ป	์	ว	บ	น	ม	เ
น	เ	้	ผ	ข	ศ	ก	ส	จ	ใ	อ	า	ฉ	ก
ท	เ	น	ห	ฺู	่	เ	ธ	์	ท	ฺ	ย	ล	ก
แ	แ	ย	ท	ไ	้	ง	แ	ฝ	า	ท	ว	า	ข
ย	ช	ี	จ	ด	อ	เ	ข	พ	ภ	ณ	อ	ด	ฉ
ง	ญ	ร	ษ	ญ	อ	ธ	ล	้	ล	บ	ะ	ท	ฝ
ม	อ	เ	ต	พ	ฺ	ฝ	ท	่	น	ท	ร	ภ	ณ
ฺ	ธ	ล	บ	บ	ท	ภ	ย	ต	น	บ	ฺู	บ	ท
ม	จ	ย	์	ร	ิ	ต	้	ษ	ก	ษ	ถ	ะ	ข
ผ	ด	ท	ว	แ	ศ	ซ	ถ	ศ	ด	แ	ฟ	ห	ไ

เส้นทแยงมุม ฉลาด
แชมป์ เกม
กษัตริย์ ผู้เล่น
ควีน กลยุทธ์
เรียนรู้ คู่แข่ง
อุทิศ เวลา
รู้ การแข่งขัน
คะแนน ขาว
กฎ

89 - Boerderij #1

ธ	ย	ฟ	เ	ศ	น	ป	ผ	ข	ป	ว	ซ	า	เ
ณ	อ	น	ค	ค	อ่	อุ	ย	อึ	ก	น	ช	ร	ฝ
ช	ร	ม	แ	ข	อ	อ๋	ท	ล	อ้	ว	ษ	ห	ด
ญ	อ๋	ม	พ	ภ	ง	ย	ะ	เ	ล	ง	ต	อ	พ
ฝ	อ้	ส	ะ	น	อ้	อำ	ผ	อึ	อ้	ง	ห	แ	ส
ฝ	ว	า	อ๋	ข	ม	ป	ว	ม	า	น	ส	ม	ฟ
ะ	อุ	ช	ล	ง	ผ	พ	ล	ร	จ	ด	ษ	ว	บ
ผ	ห	ง	ป	พ	ษ	น	า	ร	ห	ม	า	ถ	เ
น	ไ	า	บ	ว	ญ	ะ	ง	ก	พ	ภ	ข	ย	ม
ล	ล	ฟ	ก	ล	ห	ถ	ผ	ร	อี	ญ	ย	ว	ล
เ	ต	ย	แ	ท	พ	บ	ศ	ต	ว	อ	พ	ผ	อ๋
ด	ญ	ะ	น	ไ	ก	อ่	น	ษ	ะ	น	ไ	ร	ด
ง	ข	ร	ค	ท	น	ศ	อ้	ก	บ	ฝ	ก	ถ	ห
ม	อ้	า	ไ	ด	ร	ร	อำ	เ	ท	แ	ว	อ๋	ว

ผึ้ง	วัว
ลา	อีกา
แพะ	ฝูง
รั้ว	เกษตรกรรม
หมา	ปุ๋ย
น้ำผึ้ง	ม้า
ฟาง	ข้าว
น่อง	สนาม
แมว	น้ำ
ไก่	เมล็ด

90 - Huis

ห	อ๋	อ	ง	น	อ	น	เ	เป	ช	ค	ฉ	ซ
พ	ค	ป	แภ	พ	ว	ฟ	ต	ล	อ๋	ไ	ล	ญ
ด	ถ	ร	ง	ร	โ	ส	อ	า	อ่	อ๋	ร	ศ	ะ
า	บ	อ	อ๋	ช	น	ไ	ร	ผ	อ	น	ต	ษ	ย
ช	ป	า	ร	ว	ล	ฝ์	อิ	ง	ไ	ส	ฝ	ฟ
ฟ	ข	บ	ง	อ๋	น	ผ	น	ง	ไ	ต	ถ	ต	อ
ศ	ก	น	อ	ศ	อ๋	ะ	อิ	ไ	ฟ	อ๋	พ	ร	ม
ช	ท	อ๋	อ๋	ว	ก	ว	เ	น	า	ด	พ	เ	ณ
ก	ถ	อำ	ห	จ	ร	ง	จ	ฉ	ฉ	อิ	ญ	ก	บ
โ	ค	ม	ไ	ฟ	ะ	ฟ	อ	ข	ล	น	า	ศ	ส
ฟ	ะ	ค	ฝ	ร	จ	ไ	ร	ป	ร	ะ	ต	อุ	ล
ม	ภ	จ	ล	า	ก	อ์	ห	ล	อ๋	ง	ค	า
ร	ต	ผ	ธ	ไ	ม	อ๋	ก	ว	า	ด	า	ด	ฟ
ย	ฝ	ค	ห๋	อ	ง	ส	ม	อุ	ด	ย	ท	ฉ

ไม้กวาด	ครัว
ห้องสมุด	โคมไฟ
หลังคา	เฟอร์นิเจอร์
ประตู	ผนัง
อาบน้ำ	เพดาน
โรงรถ	ปล่องไฟ
เตาผิง	ห้องนอน
รั้ว	กระจก
ห้อง	พรม
ชั้นใต้ดิน	สวน

91 - Geometrie

```
ง  ผ  พ  ห  ป  บ  ก  แ  า  แ  ฉ  ญ  แ  ส
ะ  ฉ  ง  ร  ย  ส  ญ  า  น  ก  ล  ม  ด  ั้
เ  ส  ั้  น  โ  ค  ั้  ง  ร  ว  ช  ฺ  ถ  ด
ส  แ  ั้  า  พ  ณ  ย  ส  า  ค  น  ม  ว  ส
ม  ท  ต  น  ื  น  ล  า  ก  ศ  ำ  อ  ข  ์
ม  ล  ว  ข  ั้  ต  ป  ม  ม  ม  ส  น  น  ว
า  ต  น  พ  น  ร  ภ  เ  ส  ง  ะ  ะ  ว  น
ต  ค  แ  อ  ผ  ร  ญ  ห  ย  จ  ะ  ญ  ม  ณ
ร  ะ  ว  ย  ิ  ก  ง  ล  ว  ม  ผ  ป  ั้  ม
ส  ช  ย  า  ว  ะ  ย  ี  ฏ  ษ  ฤ  ท  ธ  ผ
อ  พ  ม  า  ม  ห  ษ  ่  ส  ่  ว  น  ย  ส
ล  ษ  ิ  ย  ฟ  ส  ถ  ย  ง  ช  น  ช  ฐ  ย
ฉ  ว  ต  ด  ว  ญ  ฺ  ม  ล  ก  ง  ว  า  ฟ
ย  พ  ิ  ด  ก  า  ฉ  ง  ั้  ั้  ต  ง  น  ด
```

การคำนวณ	มวล
วงกลม	มัธยฐาน
เส้นโค้ง	พื้นผิว
มิติ	ขนาน
สามเหลี่ยม	สัดส่วน
มุม	ส่วน
ความสูง	สมมาตร
แนวนอน	ทฤษฎี
ตรรกะ	สมการ
ตั้งฉาก	แนวตั้ง

92 - Jazz

พ	ร	ส	ว	ร	ร	ค์	อ	ธ	ย	ท	ฝ	ง	ล
บ	ไ	ศ	ญ	ฝ	ษ	ข	ส	ท	ภ	เ	ะ	ร	ป
ม	ห	น	อ	ก	แ	ต	อ	ง	เ	พ	ล	ง	ฏ
อ	ม	อ	บ	ร	ป	ง	ย	อ	ส	เ	แ	จ	อ
ถ	อ	ฟ	พ	ม	ช	อ	ด	ร	แ	ง	ก	อ	ภ
ศ	ค	อ	น	เ	ส	อ	ร	ต	ต	ห	อ	ง	า
อ	อ	ไ	ล	ด	ก	ผ	ป	ต	เ	ฟ	ด	ห	ณ
อ	เ	ล	ก	ศ	ว	ษ	โ	ไ	น	พ	ร	ว	โ
ล	ท	ณ	ป	ง	ร	อ	ร	ต	น	ด	ล	ะ	ว
บ	ค	ภ	ห	อ	ค	ษ	า	ท	ย	ภ	ง	ง	ห
อ	น	ะ	ผ	ส	น	ม	ก	ซ	ย	ส	ห	ว	า
อ	อ	ว	ะ	พ	ญ	ห	ย	ข	ล	จ	ถ	เ	ร
ม	ค	น	ล	ก	ผ	ไ	า	ร	ุ	ป	แ	บ	บ
ว	ฉ	ท	บ	อ	ก	ะ	ร	ป	น	ว	อ	ส	จ

อัลบั้ม	ดนตรี
เสียงปรบมือ	ใหม่
ศิลปิน	วงดนตรี
นักแต่งเพลง	แก่
คอนเสิร์ต	จังหวะ
รายการโปรด	ส่วนประกอบ
ประเภท	รูปแบบ
ปฏิภาณโวหาร	พรสวรรค์
เพลง	เทคนิค

93 - Getallen

ป	ผ	ฝ	ช	ม	อ	เ	พ	ข	ม	ฝ	ฉ	ะ	ต
ร	พ	ง	ษ	ข	ใ	บ	ก	ห	บ	ิ	ส	ส	ร
ช	ญ	ต	ณ	ญ	ว	ร	ส	้	เ	จ	็	ด	ณ
ร	เ	ต	ฉ	ใ	ป	ง	อ	ส	า	้	ห	ป	ธ
ต	ศ	ผ	อ	ห	ถ	อ	ร	ฟ	ิ	ซ	ฝ	แ	ษ
ใ	ู	ส	ป	ต	ป	ส	า	ห	้	บ	ิ	ส	ว
ซ	น	ิ	ก	แ	ฉ	บ	ก	ต	ศ	ส	ส	ป	ท
ค	ย	บ	ส	ย	ล	ิ	้	ช	ไ	ิ	ก	ี	ง
ห	์	แ	แ	จ	ะ	ส	เ	แ	ไ	-	ี	ส	-
น	ล	ป	ข	ส	ะ	ม	บ	ง	ย	ี	ค	ห	ญ
ึ	ร	ด	ษ	ถ	ธ	ส	ิ	ห	ศ	ย	ะ	พ	บ
-	ถ	ม	า	ส	บ	ิ	ส	ก	ซ	ซ	เ	ว	ธ
ง	ด	ธ	า	ด	น	บ	ถ	ต	แ	ภ	จ	ภ	ไ
ว	ภ	แ	อ	ส	ส	ิ	บ	เ	จ	็	ด	ง	ไ

แปด	สอง
สิบแปด	ยี่สิบ
สิบสาม	สิบสี่
สาม	สี่
หนึ่ง	ห้า
เก้า	สิบห้า
สิบเก้า	หก
ศูนย์	สิบหก
สิบ	เจ็ด
สิบสอง	สิบเจ็ด

94 - Boksen

ข้อศอก ผู้ตัดสิน
โฟกัส เตะ
ถุงมือ เร็ว
การกู้คืน คู่แข่ง
มุม เชือก
คาง เหนื่อย
ระฆัง ทักษะ
แรง นักสู้
ร่างกาย กำปั้น
คะแนน

95 - Boerderij #2

ซ	ท	ค	น	เ	ล	◌ี	◌้	ย	ง	แ	ก	ะ	ร
ส	◌ุ	ร	ก	ช	ด	ด	ศ	ญ	ไ	ด	ษ	ใ	ถ
◌้	◌่	บ	า	ร	◌์	เ	ล	◌่	ย	◌์	ฝ	เ	แ
ต	ง	ม	ฟ	า	ม	น	ช	ผ	ค	พ	ย	ป	ท
ว	ห	ษ	ภ	◌้	ม	ไ	ล	ผ	น	ว	ส	◌็	ร
◌์	ญ	ผ	ล	ไ	ม	◌้	ป	ช	ผ	ห	ถ	ด	ก
ล	◌้	ข	ศ	ล	น	ะ	ร	ใ	า	◌้	บ	ท	�เ
◌ุ	า	ก	◌้	◌ี	เ	ธ	ะ	ก	แ	ว	ก	ใ	ต
ก	ม	◌้	ค	า	ธ	จ	ท	ญ	ภ	ถ	น	ก	อ
แ	ง	จ	ส	ว	ย	า	น	ง	ร	โ	า	ร	ร
ก	ล	ห	จ	ว	อ	โ	น	ย	ช	ถ	ะ	น	◌์
ะ	ม	◌้	น	า	จ	ถ	พ	ย	พ	ฝ	ล	ฉ	แ
า	ย	น	ล	◌้	ค	เ	ข	ด	ถ	ษ	ห	ฟ	เ
ป	พ	ค	แ	ข	ร	◌้	ง	ผ	◌้	◌้	ง	ย	ก

รังผึ้ง	ลูกแกะ
ชาวนา	ลามา
สวนผลไม้	ข้าวโพด
สัตว์	นม
เป็ด	แกะ
ผลไม้	โรงนา
บาร์เล่ย์	ข้าวสาลี
ผัก	รถแทรกเตอร์
คนเลี้ยงแกะ	ทุ่งหญ้า
ชลประทาน	กังหัน

96 - Psychologie

อ	อ	อ	ค	ะ	ผ	ญ	ะ	ค	ก	ห	ย	ค	ร
า	ห	ญ	ั	ป	ฟ	ย	ม	ว	า	ม	ฝ	ว	อ
ร	ค	พ	ไ	ะ	เ	น	น	า	ร	ด	ผ	า	ั
ม	ล	ฉ	ฤ	อ	เ	ม	แ	ม	ร	ส	ฝ	ม	ต
ณ	ิ	จ	ก	ต	เ	ไ	ห	ค	ั	ต	น	ท	ต
์	น	า	ฉ	า	ิ	ด	ภ	ิ	บ	ิ	ิ	ร	า
ณ	ิ	า	ใ	ผ	ร	ก	ี	ด	ร	ผ	ม	ง	เ
ด	ก	ฟ	ห	ล	ภ	น	ร	ย	ุ	ไ	เ	จ	อ
ว	ั	ย	เ	ด	็	ก	ั	ร	้	ศ	ะ	ำ	ิ
ค	ว	า	ม	ฝ	ั	น	ย	ด	ม	ท	ร	อ	ท
ก	า	ร	บ	ำ	บ	ั	ด	ฟ	ห	ข	ป	ญ	ธ
ป	ร	ะ	ส	บ	ก	า	ร	ณ	์	ม	ร	ล	ิ
ค	ว	า	ม	ข	ั	ด	แ	ย	้	ง	า	ป	พ
บ	ุ	ค	ล	ิ	ก	ภ	า	พ	แ	แ	ก	ย	ล

การนัดหมาย
การประเมิน
หมดสติ
ความขัดแย้ง
ความฝัน
อัตตา
อารมณ์
ประสบการณ์
ความคิด
พฤติกรรม

ความทรงจำ
ไอเดีย
อิทธิพล
วัยเด็ก
คลินิก
การรับรู้
บุคลิกภาพ
ปัญหา
การบำบัด

97 - Zakelijk

โ	ห	ษ	แ	เ	น	ษ	ค	ษ	น	ไ	ค	ค	ภ
ห	ร	ไ	อำ	ก	ง	ศ	ด	ร	ก	ค	อ่	ณ	ไ
ศ	ธ	ง	ล	บ	ภ	อิ	ล	อ้	ง	ผ	า	น	ม
ธ	ษ	ธ	ง	า	ฟ	ฟ	น	า	พ	า	ไ	น	ต
ณ	อุ	อ	ฟ	า	ข	ฟ	ว	น	พ	อี	ช	า	อ
ห	ไ	ร	อ	า	น	อ	อ่	ช	ฝ	ษ	อ้	ง	เ
ผ	ณ	ล	ก	ณ	ไ	อ	ส	ฉ	น	า	จ	ก	ง
ณ	า	ม	ะ	ร	ป	บ	ง	ส	อิ	ภ	อ่	อ้	อิ
น	อุ	ท	ง	ล	ร	า	ก	ณ	ง	ถ	า	น	น
ร	า	ย	ไ	ด	อ้	ม	ช	ร	เ	ง	ย	พ	ต
เ	ศ	ร	ษ	ฐ	ศ	า	ส	ต	ร	อ์	า	ป	ร
ษ	ร	ช	ง	น	า	ย	จ	อ้	า	ง	ข	ก	า
บ	ร	อิ	ษ	อั	ท	ค	ส	ว	ก	ง	ไ	ง	จ
พ	อ	ศ	ย	ไ	พ	แ	ฉ	น	ส	ษ	ญ	ป	ฉ

บริษัท
งบประมาณ
ภาษี
อาชีพ
เศรษฐศาสตร์
โรงงาน
การเงิน
เงิน
รายได้
การลงทุน

ออฟฟิศ
ส่วนลด
ค่าใช้จ่าย
ธุรกรรม
เงินตรา
ขาย
นายจ้าง
พนักงาน
ร้าน
กำไร

98 - Voeding

ส	ร	ณ	ย	แ	น	้	ำ	ห	น	ั	ก	ค	ษ
ว	ศ	แ	ท	ค	ญ	ล	แ	ไ	พ	ม	ข	ว	ภ
ช	ณ	ศ	ว	ล	ห	เ	ง	อ	ข	ม	ท	า	ญ
ว	ด	ว	ง	อ	ม	ไ	ะ	ไ	ว	ก	ว	ม	ย
ส	ิ	ต	ง	ร	แ	ง	็	ข	แ	า	ซ	ก	น
า	แ	ต	น	ี	ต	ร	ป	โ	ด	ร	อ	ร	ด
ร	ส	ล	า	่	ว	ภ	ม	ษ	เ	ย	ส	ะ	พ
อ	แ	ุ	ช	ม	ก	ย	ไ	ณ	ส	่	เ	ห	ิ
า	ณ	ด	ข	ป	ิ	ต	พ	ก	ป	อ	ร	า	ษ
ห	า	ม	ม	ภ	ถ	น	ต	ไ	ฝ	ย	ส	ย	ฉ
า	ต	ส	ฉ	พ	า	ภ	ณ	ุ	ค	ข	ช	แ	ล
ร	ธ	ไ	ณ	อ	ฝ	พ	น	ร	า	ห	า	อ	อ
ซ	ะ	ช	ว	ก	า	ร	ห	ม	ั	ก	ต	ข	ถ
ข	ญ	ก	ิ	น	ไ	ด	้	ฝ	อ	ไ	ิ	อ	ม

ขม
แคลอรี่
อาหาร
กินได้
ความกระหาย
โปรตีน
สมดุล
การหมัก
น้ำหนัก
แข็งแรง

สุขภาพ
คุณภาพ
ซอส
รสชาติ
การย่อย
พิษ
วิตามิน
ของเหลว
สารอาหาร

99 - Chemie

ม	แ	ฉ	ด	ง	น	อ	บ	์	ร	า	ค	ระ
ฉ	ข	ะ	ศ	ะ	ม	ฺ	ต	ั	ว	เ	ร	่ง
อ	โ	ซ	เ	ช	ก	ณ	ป	ซ	ช	ข	ด	ร	ก
โ	ิ	ล	ฝ	ว	ล	ห	เ	ง	อ	ข	่	ไ	อ
ป	ม	เ	ห	ใ	ข	ภ	ส	ณ	ะ	ค	า	ฮ	อ
ล	ใ	เ	ล	ะ	ซ	ฺ	พ	ภ	ผ	ศ	ง	โ	ก
ค	ป	ม	ล	็	์	ม	ซ	ไ	น	อ	เ	ด	ซ
ณ	เ	ต	ษ	ก	ก	ิ	แ	ก	๊	ส	จ	ร	ิ
เ	ก	ล	ื	อ	ฺ	ต	บ	ต	ง	น	ฟ	เ	เ
ร	ศ	ท	ะ	ป	ะ	ล	ร	เ	ะ	ี	ห	จ	จ
น	้	ำ	ห	น	้	ก	ฝ	อ	ป	ร	ผ	น	น
อ	ิ	น	ท	ร	ี	ย	์	ค	น	อ	อ	อ	ไ
ป	ฏ	ิ	ก	ิ	ร	ิ	ย	า	ก	ล	บ	ป	เ
ค	ว	า	ม	ร	้	อ	น	ค	แ	ค	ท	ไ	ฟ

ด่าง	โมเลกุล
คลอรีน	อินทรีย์
อิเล็กตรอน	ปฏิกิริยา
เอนไซม์	อุณหภูมิ
แก๊ส	ของเหลว
น้ำหนัก	ความร้อน
ไอออน	ไฮโดรเจน
ตัวเร่ง	เกลือ
คาร์บอน	กรด
โลหะ	ออกซิเจน

1 - Metingen

2 - Keuken

3 - Boten

4 - Chocolade

5 - Gezondheid en Welzijn #2

6 - Tijd

7 - Meditatie

8 - Muziek

9 - Vogels

10 - Universum

11 - Gezondheid en Welzijn #1

12 - Camping

13 - Algebra

14 - Activiteiten

15 - Diplomatie

16 - Astronomie

17 - Emoties

18 - Vakantie #2

19 - Weersomstandigh

20 - Eten #2

21 - Klimmen

22 - Restaurant #1

23 - Geologie

24 - Specerijen

25 - Groenten

26 - Archeologie

27 - Mythologie

28 - Eten #1

29 - Avontuur

30 - Circus

31 - Restaurant #2

32 - De Media

33 - Bijen

34 - Wandelen

35 - Ecologie

36 - Landen #1

37 - Installaties

38 - Oceaan

39 - Landen #2

40 - Bloemen

41 - Huisdieren

42 - Landschappen

43 - Tuin

44 - Beroepen #2

45 - Dagen en Maanden

46 - Beeldende Kunsten

47 - Menselijk Lichaam

48 - Energie

49 - Familie

50 - Gebouwen

51 - Kunst

52 - Beroepen #1

53 - Antarctica

54 - Ballet

55 - Vissen

56 - Fruit

57 - Engineering

58 - Literatuur

59 - Technologie

60 - Boeken

61 - Meer Informatie

62 - Haartypes

63 - Stad

64 - Creativiteit

65 - Natuur

66 - Zoogdieren

67 - Overheid

68 - Exploratie

69 - Voertuigen

70 - Geografie

71 - Kunstbenodigdhe

72 - Barbecues

73 - Schoonheid

74 - Wetenschappelijk

75 - Bijvoeglijke Naamwoorden

76 - Kleding

77 - Vliegtuigen

78 - Herbalisme

79 - Kracht en Zwaartekracht

80 - Het Bedrijf

81 - Rijden

82 - Wetenschap

83 - Natuurkunde

84 - Muziekinstrument

85 - Antiek

86 - Water

87 - Koffie

88 - Schaken

89 - Boerderij #1

90 - Huis

91 - Geometrie

92 - Jazz

93 - Getallen

94 - Boksen

95 - Boerderij #2

96 - Psychologie

97 - Zakelijk

98 - Voeding

99 - Chemie

Woordenboek

Activiteiten
กิจกรรมต่างๆ

Activiteit	กิจกรรม
Ambachten	งานฝีมือ
Breien	ถัก
Fotografie	การถ่ายภาพ
Games	เกม
Hengelsport	ตกปลา
Jacht	ล่าสัตว์
Keramiek	เซรามิก
Kunst	ศิลปะ
Lezen	การอ่าน
Magie	มายากล
Naaien	การเย็บ
Ontspanning	ผ่อนคลาย
Plezier	ยินดี
Puzzels	ปริศนา
Schilderij	ภาพวาด
Tuinieren	การทำสวน
Vaardigheid	ทักษะ
Vrije Tijd	เวลาว่าง

Algebra
พีชคณิต

Aftrekken	การลบ
Diagram	แผนภาพ
Exponent	ตัวแทน
Factor	ปัจจัย
Formule	สูตร
Fractie	เศษส่วน
Grafiek	กราฟ
Haakje	วงเล็บ
Hoeveelheid	ปริมาณ
Lineair	เชิงเส้น
Matrix	เมตริกซ์
Nul	ศูนย์
Oneindig	อนันต์
Oplossing	สารละลาย
Probleem	ปัญหา
Som	รวม
Vals	เท็จ
Variabele	ตัวแปร
Vereenvoudigen	ทำ
Vergelijking	สมการ

Antarctica
ทวีปแอนตาร์กติกา

Baai	อ่าว
Behoud	การอนุรักษ์
Continent	ทวีป
Eilanden	หมู่เกาะ
Expeditie	การเดินทาง
Geografie	ภูมิศาสตร์
Gletsjers	กลาเซียร์
Ijs	น้ำแข็ง
Migratie	การโยกย้าย
Mineralen	แร่ธาตุ
Omgeving	สิ่งแวดล้อม
Onderzoeker	นักวิจัย
Pinguïn	เพนกวิน
Rotsachtig	ขรุขระ
Schiereiland	คาบสมุทร
Temperatuur	อุณหภูมิ
Topografie	ภูมิประเทศ
Water	น้ำ
Wetenschappelijk	วิทยาศาสตร์
Wolken	เมฆ

Antiek
ของเก่า

Authentiek	แท้
Beeldhouwwerk	ประติมากรรม
Decoratief	ตกแต่ง
Eeuw	ศตวรรษ
Elegant	สง่า
Galerij	แกลเลอรี่
Investering	การลงทุน
Kunst	ศิลปะ
Kwaliteit	คุณภาพ
Meubilair	เฟอร์นิเจอร์
Munten	เหรียญ
Ongewoon	ผิดปกติ
Oud	แก่
Prijs	ราคา
Restauratie	การฟื้นฟู
Schilderijen	ภาพวาด
Stijl	รูปแบบ
Veiling	ประมูล
Verzamelaar	นักสะสม
Waarde	ค่า

Archeologie
โบราณคดี

Analyse	การวิเคราะห์
Beschaving	อารยธรรม
Botten	กระดูก
Deskundige	ผู้เชี่ยวชาญ
Evaluatie	การประเมิน
Fossiel	ฟอสซิล
Fragmenten	เศษ
Graf	หลุมฝังศพ
Mysterie	ความลึกลับ
Nakomeling	ลูกหลาน
Objecten	วัตถุ
Onbekend	ไม่ทราบ
Onderzoeker	นักวิจัย
Oudheid	สมัยโบราณ
Professor	ศาสตราจารย์
Relikwie	ของที่ระลึก
Team	ทีม
Tempel	วัด
Tijdperk	ยุค
Vergeten	ลืม

Astronomie
ดาราศาสตร์

Aarde	โลก
Astronaut	นักบินอวกาศ
Astronoom	นักดาราศาสตร์
Dierenriem	จักรราศี
Equinox	วิษุวัต
Hemel	ท้องฟ้า
Komeet	ดาวหาง
Maan	ดวงจันทร์
Meteoor	ดาวตก
Nevel	เนบิวลา
Observatorium	หอดูดาว
Planeet	ดาวเคราะห์
Raket	จรวด
Satelliet	ดาวเทียม
Ster	ดาว
Sterrenbeeld	กลุ่มดาว
Straling	รังสี
Universum	จักรวาล
Verduistering	คราส
Zwaartekracht	แรงโน้มถ่วง

Avontuur
การผจญภัย

Dutch	Thai
Activiteit	กิจกรรม
Bestemming	ปลายทาง
Excursie	ทัศนศึกษา
Gevaarlijk	อันตราย
Kans	โอกาส
Moed	ความกล้าหาญ
Moeilijkheid	ความยาก
Natuur	ธรรมชาติ
Navigatie	นำร่อง
Nieuw	ใหม่
Ongewoon	ผิดปกติ
Reizen	การเดินทาง
Schoonheid	ความงาม
Uitdagingen	ความท้าทาย
Veiligheid	ความปลอดภัย
Verrassend	น่าแปลกใจ
Voorbereiding	การตระเตรียม
Vreugde	จอย
Vrienden	เพื่อน

Ballet
บัลเล่ต์

Dutch	Thai
Applaus	เสียงปรบมือ
Artistiek	ศิลปะ
Componist	นักแต่งเพลง
Dansers	นักเต้น
Expressief	แสดงออก
Gebaar	ท่าทาง
Intensiteit	ความเข้มข้น
Lessen	บทเรียน
Muziek	ดนตรี
Orkest	วงดนตรี
Publiek	ผู้ชม
Repetitie	ซ้อม
Ritme	จังหวะ
Sierlijk	สง่างาม
Solo	เดี่ยว
Spieren	กล้ามเนื้อ
Stijl	รูปแบบ
Techniek	เทคนิค
Vaardigheid	ทักษะ

Barbecues
บาร์บีคิว

Dutch	Thai
Diner	อาหารเย็น
Familie	ครอบครัว
Fruit	ผลไม้
Grill	ย่าง
Groente	ผัก
Heet	ร้อน
Honger	ความหิว
Kip	ไก่
Lunch	อาหารกลางวัน
Messen	มีด
Muziek	ดนตรี
Peper	พริกไทย
Salades	สลัด
Saus	ซอส
Tomaten	มะเขือเทศ
Uien	หัวหอม
Uitnodiging	การเชื้อเชิญ
Vorken	ส้อม
Zomer	ฤดูร้อน
Zout	เกลือ

Beeldende Kunsten
ทัศนศิลป์

Dutch	Thai
Aardewerk	เครื่องดินเผา
Architectuur	สถาปัตยกรรม
Artiest	ศิลปิน
Beeldhouwwerk	ประติมากรรม
Film	ฟิล์ม
Foto	ภาพถ่าย
Houtskool	ถ่าน
Keramiek	เซรามิก
Klei	เคลย์
Krijt	ชอล์ก
Meesterwerk	ผลงานชิ้นเอก
Pen	ปากกา
Perspectief	มุมมอง
Portret	แนวตั้ง
Potlood	ดินสอ
Samenstelling	ค์ประกอบ
Schilderij	ภาพวาด
Stencil	สเตนซิล
Was	ขี้ผึ้ง

Beroepen #1
วิชาชีพ #1

Dutch	Thai
Advocaat	ทนายความ
Ambassadeur	เอกอัครราชทูต
Apotheker	เภสัชกร
Astronoom	นักดาราศาสตร์
Atleet	นักกีฬา
Bankier	นายธนาคาร
Brandweerman	ดับเพลิง
Danser	นักเต้น
Dierenarts	สัตวแพทย์
Dokter	หมอ
Editor	บรรณาธิการ
Geoloog	นักธรณีวิทยา
Jager	ฮันเตอร์
Juwelier	อัญมณี
Loodgieter	ช่างประปา
Monteur	ช่าง
Muzikant	นักดนตรี
Pianist	นักเปียโน
Psycholoog	นักจิตวิทยา
Verpleegster	พยาบาล

Beroepen #2
วิชาชีพ #2

Dutch	Thai
Arts	แพทย์
Astronaut	นักบินอวกาศ
Bibliothecaris	บรรณารักษ์
Bioloog	นักชีววิทยา
Boer	ชาวนา
Chirurg	ศัลยแพทย์
Detective	นักสืบ
Filosoof	นักปรัชญา
Fotograaf	ช่างภาพ
Ingenieur	วิศวกร
Journalist	นักข่าว
Leraar	ครู
Linguïst	นักภาษาศาสตร์
Onderzoeker	นักวิจัย
Piloot	นักบิน
Schilder	จิตรกร
Tandarts	ทันตแพทย์
Tuinman	คนสวน
Uitvinder	นักประดิษฐ์
Zoöloog	นักสัตววิทยา

Bijen
ผึ้ง

Bijenkorf	รัง
Bloemen	ดอกไม้
Bloesem	ดอก
Diversiteit	ความหลากหลาย
Ecosysteem	ระบบนิเวศ
Fruit	ผลไม้
Habitat	ที่อยู่อาศัย
Honing	น้ำผึ้ง
Insect	แมลง
Koningin	ควีน
Planten	พืช
Rook	ควัน
Stuifmeel	เรณู
Tuin	สวน
Vleugels	ปีก
Voedsel	อาหาร
Voordelig	เป็นประโยชน์
Was	ขี้ผึ้ง
Zon	ดวงอาทิตย์
Zwerm	ฝูง

Bijvoeglijke Naamwoorden
คำคุณศัพท์ #1

Aantrekkelijk	มีเสน่ห์
Actief	คล่องแคล่ว
Ambitieus	ทะเยอทะยาน
Aromatisch	หอม
Artistiek	ศิลปะ
Belangrijk	สำคัญ
Diep	ลึก
Donker	มืด
Dun	บาง
Eerlijk	ซื่อสัตย์
Exotisch	แปลกใหม่
Identiek	เหมือนกัน
Jong	หนุ่มสาว
Lang	ยาว
Langzaam	ช้า
Modern	ทันสมัย
Onschuldig	ผู้บริสุทธิ์
Perfect	สมบูรณ์
Waardevol	มีค่า
Zwaar	หนัก

Bijvoeglijke Naamwoorden
คำคุณศัพท์ #2

Authentiek	แท้
Begaafd	มีพรสวรรค์
Beschrijvend	ธิบาย
Creatief	สร้างสรรค์
Dramatisch	ดราม่า
Gezond	แข็งแรง
Hongerig	หิว
Interessant	น่าสนใจ
Moe	เหนื่อย
Natuurlijk	เป็นธรรมชาติ
Nieuw	ใหม่
Normaal	ปกติ
Productief	อุดมสมบูรณ์
Slaperig	ง่วงนอน
Trots	ภูมิใจ
Verantwoordelijk	รับผิดชอบ
Vers	สด
Wild	ป่า
Zout	เค็ม
Zuiver	บริสุทธิ์

Bloemen
ดอกไม้

Bloemblad	กลีบ
Boeket	ช่อดอกไม้
Gardenia	พุด
Hibiscus	ชบา
Jasmijn	มะลิ
Klaver	โคลเวอร์
Lavendel	ลาเวนเดอร์
Lelie	ลิลลี่
Lila	ม่วง
Madeliefje	เดซี่
Magnolia	แมกโนเลีย
Orchidee	กล้วยไม้
Paardebloem	แดนดิไลออน
Papaver	ป๊อปปี้
Passiebloem	เสาวรส
Pioenroos	โบตั๋น
Roos	กุหลาบ
Tulp	ทิวลิป
Zonnebloem	ดอกทานตะวัน

Boeken
หนังสือ

Auteur	ผู้เขียน
Avontuur	การผจญภัย
Bladzijde	หน้า
Collectie	ชุด
Context	บริบท
Dualiteit	ความเป็นคู่
Episch	มหากาพย์
Gedicht	กลอน
Geschreven	เขียน
Historisch	ประวัติศาสตร์
Humoristisch	ตลก
Inventief	ประดิษฐ์
Lezer	ผู้อ่าน
Literair	วรรณกรรม
Poëzie	บทกวี
Relevant	ที่เกี่ยวข้อง
Roman	นิยาย
Tragisch	อนาถ
Verhaal	เรื่องราว
Verteller	ผู้บรรยาย

Boerderij #1
ฟาร์ม #1

Bij	ผึ้ง
Ezel	ลา
Geit	แพะ
Hek	รั้ว
Hond	หมา
Honing	น้ำผึ้ง
Hooi	ฟาง
Kalf	น่อง
Kat	แมว
Kip	ไก่
Koe	วัว
Kraai	อีกา
Kudde	ฝูง
Landbouw	เกษตรกรรม
Mest	ปุ๋ย
Paard	ม้า
Rijst	ข้าว
Veld	สนาม
Water	น้ำ
Zaden	เมล็ด

Boerderij #2
ฟาร์ม #2

Bijenkorf	รังผึ้ง
Boer	ชาวนา
Boomgaard	สวนผลไม้
Dieren	สัตว์
Eend	เป็ด
Fruit	ผลไม้
Gerst	บาร์เล่ย์
Groente	ผัก
Herder	คนเลี้ยงแกะ
Irrigatie	ชลประทาน
Lam	ลูกแกะ
Lama	ลามา
Maïs	ข้าวโพด
Melk	นม
Schaap	แกะ
Schuur	โรงนา
Tarwe	ข้าวสาลี
Tractor	รถแทรกเตอร์
Weide	ทุ่งหญ้า
Windmolen	กังหัน

Boksen
การต่อยมวย

Elleboog	ข้อศอก
Focus	โฟกัส
Handschoenen	ถุงมือ
Herstel	การกู้คืน
Hoek	มุม
Kin	คาง
Klok	ระฆัง
Kracht	แรง
Lichaam	ร่างกาย
Punten	คะแนน
Scheidsrechter	ผู้ตัดสิน
Schoppen	เตะ
Snel	เร็ว
Tegenstander	คู่แข่ง
Touwen	เชือก
Uitgeput	เหนื่อย
Vaardigheid	ทักษะ
Vechter	นักสู้
Vuist	กำปั้น

Boten
เรือ

Anker	สมอ
Bemanning	ลูกเรือ
Boei	ทุ่น
Dok	ท่าเรือ
Golven	คลื่น
Jacht	เรือยอชท์
Kajak	คายัค
Kano	แคนู
Mast	เสา
Matroos	กะลาสี
Meer	ทะเลสาบ
Motor	เครื่องยนต์
Oceaan	มหาสมุทร
Reddingsboot	เรือชูชีพ
Rivier	แม่น้ำ
Touw	เชือก
Veerboot	เรือข้ามฟาก
Vlot	แพ
Zee	ทะเล
Zeilboot	เรือใบ

Camping
ค่ายพักแรม

Avontuur	การผจญภัย
Berg	ภูเขา
Bomen	ต้นไม้
Bos	ป่า
Brand	ไฟ
Cabine	ห้าง
Dieren	สัตว์
Hangmat	เปลญวน
Hoed	หมวก
Insect	แมลง
Jacht	ล่าสัตว์
Kaart	แผนที่
Kano	แคนู
Kompas	เข็มทิศ
Maan	ดวงจันทร์
Meer	ทะเลสาบ
Natuur	ธรรมชาติ
Tent	เต็นท์
Touw	เชือก
Verhalen	เรื่องราว

Chemie
เคมีภัณฑ์

Alkalisch	ด่าง
Chloor	คลอรีน
Elektron	อิเล็กตรอน
Enzym	เอนไซม์
Gas	แก๊ส
Gewicht	น้ำหนัก
Ion	ไอออน
Katalysator	ตัวเร่ง
Koolstof	คาร์บอน
Metalen	โลหะ
Molecuul	โมเลกุล
Organisch	อินทรีย์
Reactie	ปฏิกิริยา
Temperatuur	อุณหภูมิ
Vloeistof	ของเหลว
Warmte	ความร้อน
Waterstof	ไฮโดรเจน
Zout	เกลือ
Zuur	กรด
Zuurstof	ออกซิเจน

Chocolade
ช็อกโกแลต

Aroma	กลิ่นหอม
Artisanaal	ช่างฝีมือ
Bitter	ขม
Cacao	โกโก้
Calorieën	แคลอรี่
Eten	กิน
Exotisch	แปลกใหม่
Favoriet	ที่ชื่นชอบ
Heerlijk	อร่อย
Ingrediënt	ส่วนผสม
Karamel	คาราเมล
Kokosnoot	มะพร้าว
Kwaliteit	คุณภาพ
Pinda'S	ถั่ว
Poeder	ผง
Recept	สูตรอาหาร
Smaak	รส
Snoep	ลูกอม
Suiker	น้ำตาล
Zoet	หวาน

Circus
ละครสัตว์

Aap	ลิง
Acrobaat	กายกรรม
Ballonnen	ลูกโป่ง
Clown	ตัวตลก
Dieren	สัตว์
Goochelaar	นักมายากล
Jongleur	จักเกอร์
Kaartje	ตั๋ว
Kostuum	ชุดแต่งกาย
Laat	แสดง
Leeuw	สิงโต
Magie	มายากล
Muziek	ดนตรี
Olifant	ช้าง
Parade	ขบวนแห่
Snoep	ลูกอม
Spectaculair	งดงาม
Tent	เต็นท์
Tijger	เสือ
Truc	เคล็ดลับ

Creativiteit
ความคิดสร้างสรรค์

Artistiek	ศิลปะ
Beeld	ภาพ
Dramatisch	ดราม่า
Echtheid	แท้
Emoties	อารมณ์
Gevoelens	ความรู้สึก
Helderheid	ความชัดเจน
Ideeën	ไอเดีย
Indruk	ความประทับใจ
Inspiratie	แรงบันดาลใจ
Intensiteit	ความเข้มข้น
Intuïtie	ปรีชา
Inventief	ประดิษฐ์
Spontaan	โดยธรรมชาติ
Uitdrukking	การแสดงออก
Vaardigheid	ทักษะ
Verbeelding	จินตนาการ
Visioenen	นิมิต
Vitaliteit	พลัง
Vloeibaarheid	ไหล

Dagen en Maanden
วันและเดือน

Augustus	สิงหาคม
Dinsdag	วันอังคาร
Donderdag	วันพฤหัสบดี
Februari	กุมภาพันธ์
Jaar	ปี
Januari	มกราคม
Juli	กรกฎาคม
Juni	มิถุนายน
Kalender	ปฏิทิน
Maand	เดือน
Maandag	วันจันทร์
Maart	มีนาคม
November	พฤศจิกายน
Oktober	ตุลาคม
September	กันยายน
Vrijdag	วันศุกร์
Week	สัปดาห์
Woensdag	วันพุธ
Zaterdag	วันเสาร์
Zondag	วันอาทิตย์

De Media
สื่อมวลชน

Commercieel	โฆษณา
Communicatie	การสื่อสาร
Digitaal	ดิจิทัล
Editie	ฉบับ
Feiten	ข้อเท็จจริง
Financiering	ทุน
Houding	ทัศนคติ
Individueel	รายบุคคล
Industrie	อุตสาหกรรม
Intellectueel	สติปัญญา
Kranten	หนังสือพิมพ์
Lokaal	ท้องถิ่น
Mening	ความเห็น
Netwerk	เครือข่าย
Onderwijs	การศึกษา
Online	ออนไลน์
Publiek	สาธารณะ
Radio	วิทยุ
Televisie	โทรทัศน์
Tijdschriften	นิตยสาร

Diplomatie
การทูต

Adviseur	ที่ปรึกษา
Ambassade	สถานทูต
Ambassadeur	เอกอัครราชทูต
Burgers	พลเมือง
Conflict	ความขัดแย้ง
Diplomatiek	นักการทูต
Discussie	อย่าง
Ethiek	จริยธรรม
Gemeenschap	ชุมชน
Gerechtigheid	ความยุติธรรม
Humanitair	มนุษยธรรม
Integriteit	ความซื่อสัตย์
Oplossing	สารละลาย
Politiek	การเมือง
Regering	รัฐบาล
Resolutie	ความละเอียด
Samenwerking	ความร่วมมือ
Talen	ภาษา
Veiligheid	ความปลอดภัย
Verdrag	สนธิสัญญา

Ecologie
นิเวศวิทยา

Bergen	ภูเขา
Diversiteit	ความหลากหลาย
Droogte	แล้ง
Duurzaam	ยั่งยืน
Fauna	สัตว์ป่า
Flora	ฟลอรา
Gemeenschappen	ชุมชน
Globaal	ทั่วโลก
Habitat	ที่อยู่อาศัย
Klimaat	ภูมิอากาศ
Marinier	ทะเล
Moeras	บึง
Natuur	ธรรมชาติ
Natuurlijk	เป็นธรรมชาติ
Overleving	การอยู่รอด
Soort	สายพันธุ์
Vegetatie	พืช
Vrijwilligers	อาสาสมัคร

Emoties
อารมณ์ความรู้สึก

Angst	กลัว
Dankbaar	กตัญญู
Droefheid	ความเศร้า
Inhoud	เนื้อหา
Kalm	สงบ
Liefde	รัก
Ontspannen	ผ่อนคลาย
Opgewonden	ตื่นเต้น
Opluchting	การบรรเทา
Rust	ความสงบ
Tederheid	แผ่วๆ
Tevreden	พอใจ
Verrassing	เซอร์ไพรส์
Verveling	เบื่อ
Vrede	สันติภาพ
Vreugde	จอย
Vriendelijkheid	ความเมตตา
Woede	ความโกรธ

Energie
พลังงาน

Accu	แบตเตอรี่
Benzine	น้ำมันเบนซิน
Brandstof	เชื้อเพลิง
Diesel	ดีเซล
Elektrisch	ไฟฟ้า
Elektron	อิเล็กตรอน
Entropie	เอนโทรปี
Foton	โฟตอน
Hernieuwbaar	ทดแทน
Industrie	อุตสาหกรรม
Koolstof	คาร์บอน
Motor	เครื่องยนต์
Nucleair	นิวเคลียร์
Omgeving	สิ่งแวดล้อม
Stoom	ไอน้ำ
Turbine	กังหัน
Vervuiling	มลพิษ
Warmte	ความร้อน
Waterstof	ไฮโดรเจน
Wind	ลม

Engineering
วิศวกรรม

As	แกน
Berekening	การคำนวณ
Beweging	การเคลื่อนไหว
Bouw	การก่อสร้าง
Diagram	แผนภาพ
Diepte	ความลึก
Diesel	ดีเซล
Distributie	การกระจาย
Energie	พลังงาน
Hoek	มุม
Kracht	แรง
Machine	เครื่องจักร
Meting	การวัด
Motor	เครื่องยนต์
Rotatie	การหมุน
Stabiliteit	ความมั่นคง
Structuur	โครงสร้าง
Vloeistof	ของเหลว
Voortstuwing	แรงขับ
Wrijving	แรงเสียดทาน

Eten #1
อาหาร #1

Abrikoos	แอปริคอท
Basilicum	โหระพา
Citroen	มะนาว
Gerst	บาร์เล่ย์
Kaneel	อบเชย
Knoflook	กระเทียม
Koffie	กาแฟ
Melk	นม
Peer	ลูกแพร์
Pinda	ถั่วลิสง
Salade	สลัด
Sap	น้ำผลไม้
Soep	ซุป
Spinazie	ผักโขม
Suiker	น้ำตาล
Tonijn	ทูน่า
Ui	หัวหอม
Vlees	เนื้อ
Wortel	แครอท
Zout	เกลือ

Eten #2
อาหาร #2

Amandel	อัลมอนด์
Ananas	สับปะรด
Appel	แอปเปิ้ล
Asperge	หน่อไม้ฝรั่ง
Aubergine	มะเขือ
Banaan	กล้วย
Broccoli	บรอกโคลี
Brood	ขนมปัง
Druif	องุ่น
Ei	ไข่
Ham	แฮม
Kaas	ชีส
Kip	ไก่
Kiwi	กีวี่
Perzik	พีช
Rijst	ข้าว
Tarwe	ข้าวสาลี
Tomaat	มะเขือเทศ
Vis	ปลา
Yoghurt	โยเกิร์ต

Exploratie
การสำรวจ

Activiteit	กิจกรรม
Bepaling	การกำหนด
Culturen	วัฒนธรรม
Dieren	สัตว์
Gevaren	อันตราย
Leren	เรียนรู้
Moed	ความกล้าหาญ
Nieuw	ใหม่
Onbekend	ไม่ทราบ
Ontdekking	การค้นพบ
Opwinding	ความตื่นเต้น
Reis	เดินทาง
Ruimte	อวกาศ
Taal	ภาษา
Terrein	ภูมิประเทศ
Uitputting	ความอ่อนเพลีย
Ver	ไกล
Wild	ป่า

Familie
ครอบครัว

Broer	น้องชาย
Dochter	ลูกสาว
Grootmoeder	ยาย
Jeugd	วัยเด็ก
Kind	เด็ก
Kleinkind	หลาน
Man	สามี
Moeder	แม่
Neef	หลานชาย
Nicht	หลานสาว
Oom	ลุง
Opa	ปู่
Tante	ป้า
Tweeling	ฝาแฝด
Vader	พ่อ
Voorouder	บรรพบุรุษ
Vrouw	ภรรยา
Zus	น้องสาว

Fruit
ผลไม้

Abrikoos	แอปริคอท
Ananas	สับปะรด
Appel	แอปเปิ้ล
Avocado	อาโวคาโด
Banaan	กล้วย
Bes	เบอร์รี่
Citroen	มะนาว
Druif	องุ่น
Framboos	ราสเบอร์รี่
Kers	เชอร์รี่
Kiwi	กีวี่
Kokosnoot	มะพร้าว
Mango	มะม่วง
Meloen	เมลอน
Nectarine	เนคทารีน
Oranje	ส้ม
Papaja	มะละกอ
Peer	ลูกแพร์
Perzik	พีช
Pruim	พลัม

Gebouwen
สิ่งปลูกสร้าง

Ambassade	สถานทูต
Appartement	อพาร์ทเม้น
Bioscoop	โรงภาพยนตร์
Boerderij	ฟาร์ม
Cabine	ห้าง
Fabriek	โรงงาน
Garage	โรงรถ
Hotel	โรงแรม
Huis	บ้าน
Kasteel	ปราสาท
Museum	พิพิธภัณฑ์
Observatorium	หอดูดาว
School	โรงเรียน
Schuur	โรงนา
Stadion	สนามกีฬา
Tent	เต็นท์
Theater	โรงละคร
Toren	หอคอย
Universiteit	มหาวิทยาลัย
Ziekenhuis	โรงพยาบาล

Geografie
ภูมิศาสตร์

Atlas	แอตลาส
Berg	ภูเขา
Breedtegraad	ละติจูด
Continent	ทวีป
Eiland	เกาะ
Evenaar	เส้นศูนย์สูตร
Halfrond	ซีกโลก
Hoogte	ระดับความสูง
Kaart	แผนที่
Land	ประเทศ
Meridiaan	เมอริเดียน
Noorden	ทิศเหนือ
Oceaan	มหาสมุทร
Regio	ภาค
Rivier	แม่น้ำ
Stad	เมือง
Wereld	โลก
Westen	ตะวันตก
Zee	ทะเล
Zuiden	ใต้

Geologie
ธรณีวิทยา

Aardbeving	แผ่นดินไหว
Calcium	แคลเซียม
Continent	ทวีป
Erosie	ร่อน
Fossiel	ฟอสซิล
Geiser	ไกเซอร์
Gesmolten	เหลว
Grot	ถ้ำ
Koraal	ปะการัง
Kristallen	คริสตัล
Kwarts	ควอทซ์
Laag	ชั้น
Lava	ลาวา
Plateau	ที่ราบสูง
Stalactiet	หินย้อย
Steen	หิน
Vulkaan	ภูเขาไฟ
Zone	โซน
Zout	เกลือ
Zuur	กรด

Geometrie
รูปทรงเรขาคณิต

Berekening	การคำนวณ
Cirkel	วงกลม
Curve	เส้นโค้ง
Dimensie	มิติ
Driehoek	สามเหลี่ยม
Hoek	มุม
Hoogte	ความสูง
Horizontaal	แนวนอน
Logica	ตรรกะ
Loodrecht	ตั้งฉาก
Massa	มวล
Mediaan	มัธยฐาน
Oppervlak	พื้นผิว
Parallel	ขนาน
Proportie	สัดส่วน
Segment	ส่วน
Symmetrie	สมมาตร
Theorie	ทฤษฎี
Vergelijking	สมการ
Verticaal	แนวตั้ง

Getallen
ตัวเลข

Acht	แปด
Achttien	สิบแปด
Dertien	สิบสาม
Drie	สาม
Een	หนึ่ง
Negen	เก้า
Negentien	สิบเก้า
Nul	ศูนย์
Tien	สิบ
Twaalf	สิบสอง
Twee	สอง
Twintig	ยี่สิบ
Veertien	สิบสี่
Vier	สี่
Vijf	ห้า
Vijftien	สิบห้า
Zes	หก
Zestien	สิบหก
Zeven	เจ็ด
Zeventien	สิบเจ็ด

Gezondheid en Welzijn #1
สุขภาพและสุขภาพ #1

Actief	คล่องแคล่ว
Apotheek	ร้านขายยา
Bacteriën	แบคทีเรีย
Behandeling	การรักษา
Breuk	แตกหัก
Dokter	หมอ
Gewoonte	นิสัย
Honger	ความหิว
Hoogte	ความสูง
Hormonen	ฮอร์โมน
Huid	ผิว
Kliniek	คลินิก
Letsel	บาดเจ็บ
Medicijn	ยา
Ontspanning	ผ่อนคลาย
Reflex	สะท้อน
Spieren	กล้ามเนื้อ
Therapie	การบำบัด
Virus	ไวรัส
Zenuwen	เส้นประสาท

Gezondheid en Welzijn #2
สุขภาพและสุขภาพ #2

Allergie	ภูมิแพ้
Bloed	เลือด
Calorie	แคลอรี่
Dieet	อาหาร
Energie	พลังงาน
Genetica	พันธุศาสตร์
Gewicht	น้ำหนัก
Gezond	แข็งแรง
Herstel	การกู้คืน
Hygiëne	สุขอนามัย
Infectie	การติดเชื้อ
Kracht	แรง
Lichaam	ร่างกาย
Massage	นวด
Spijsvertering	การย่อย
Stress	ความเครียด
Vitamine	วิตามิน
Voeding	โภชนาการ
Ziekenhuis	โรงพยาบาล
Ziekte	โรค

Groenten
ผักสด

Artisjok	อาติโช๊ค
Aubergine	มะเขือ
Broccoli	บรอกโคลี
Erwt	ถั่ว
Gember	ขิง
Knoflook	กระเทียม
Komkommer	แตงกวา
Olijf	มะกอก
Paddestoel	เห็ด
Peterselie	ผักชีฝรั่ง
Pompoen	ฟักทอง
Raap	หัวผักกาด
Radijs	หัวไชเท้า
Salade	สลัด
Selderij	ขึ้นฉ่าย
Sjalot	หอม
Spinazie	ผักโขม
Tomaat	มะเขือเทศ
Ui	หัวหอม
Wortel	แครอท

Haartypes
ประเภทผม

Blond	สีบลอนด์
Bruin	สีน้ำตาล
Dik	หนา
Droog	แห้ง
Dun	บาง
Gekleurd	สี
Gevlochten	ถัก
Gezond	แข็งแรง
Glimmend	เงา
Golvend	หยัก
Grijs	สีเทา
Hoofdhuid	หนังศีรษะ
Kaal	หัวล้าน
Kort	สั้น
Krullend	หยิก
Lang	ยาว
Wit	ขาว
Zacht	อ่อนนุ่ม
Zilver	เงิน
Zwart	สีดำ

Herbalisme
ยาสมุนไพร

Aromatisch	หอม
Basilicum	โหระพา
Bloem	ดอกไม้
Culinair	การทำอาหาร
Dille	ผักชีลาว
Dragon	ทาร์รากอน
Groen	เขียว
Ingrediënt	ส่วนผสม
Knoflook	กระเทียม
Kwaliteit	คุณภาพ
Lavendel	ลาเวนเดอร์
Marjolein	มาร์โจแรม
Oregano	ออริกาโน่
Peterselie	ผักชีฝรั่ง
Rozemarijn	โรสแมรี่
Saffraan	หญ้าฝรั่น
Smaak	รสชาติ
Tijm	ไธม์
Tuin	สวน
Venkel	เม็ดยี่หร่า

Het Bedrijf
บริษัท

Beslissing	การตัดสินใจ
Creatief	สร้างสรรค์
Eenheden	หน่วย
Globaal	ทั่วโลก
Industrie	อุตสาหกรรม
Inkomsten	รายได้
Innovatief	นวัตกรรม
Investering	การลงทุน
Kwaliteit	คุณภาพ
Loon	ค่าจ้าง
Mogelijkheid	ความเป็นไปได้
Presentatie	การนำเสนอ
Product	ผลิตภัณฑ์
Professioneel	มืออาชีพ
Reputatie	ชื่อเสียง
Risico'S	ความเสี่ยง
Vooruitgang	ความคืบหน้า
Werkgelegenheid	การจ้างงาน
Zaak	ธุรกิจ

Huis
บ้าน

Bezem	ไม้กวาด
Bibliotheek	ห้องสมุด
Dak	หลังคา
Deur	ประตู
Douche	อาบน้ำ
Garage	โรงรถ
Haard	เตาผิง
Hek	รั้ว
Kamer	ห้อง
Kelder	ชั้นใต้ดิน
Keuken	ครัว
Lamp	โคมไฟ
Meubilair	เฟอร์นิเจอร์
Muur	ผนัง
Plafond	เพดาน
Schoorsteen	ปล่องไฟ
Slaapkamer	ห้องนอน
Spiegel	กระจก
Tapijt	พรม
Tuin	สวน

Huisdieren
สัตว์เลี้ยง

Dierenarts	สัตวแพทย์
Geit	แพะ
Hagedis	กิ้งก่า
Hamster	แฮมสเตอร์
Hond	หมา
Kat	แมว
Katje	ลูกแมว
Klauwen	กรงเล็บ
Koe	วัว
Konijn	กระต่าย
Kraag	ป
Muis	หนู
Papegaai	นกแก้ว
Poten	อุ้งเท้า
Puppy	ลูกหมา
Schildpad	เต่า
Staart	หาง
Vis	ปลา
Voedsel	อาหาร
Water	น้ำ

Installaties
พืช

Bamboe	ไม้ไผ่
Bes	เบอร์รี่
Bloem	ดอกไม้
Bloesem	ดอก
Boom	ต้นไม้
Boon	ถั่ว
Bos	ป่า
Cactus	กระบองเพชร
Flora	ฟลอรา
Gebladerte	ใบไม้
Gras	หญ้า
Klimop	ไอวี่
Kruid	สมุนไพร
Mest	ปุ๋ย
Mos	มอสส์
Plantkunde	พฤกษศาสตร์
Struik	บุช
Tuin	สวน
Vegetatie	พืช
Wortel	ราก

Jazz
แจ๊ส

Album	อัลบั้ม
Applaus	เสียงปรบมือ
Artiest	ศิลปิน
Beroemd	มีชื่อเสียง
Componist	นักแต่งเพลง
Concert	คอนเสิร์ต
Favorieten	รายการโปรด
Genre	ประเภท
Improvisatie	ปฏิภาณโวหาร
Lied	เพลง
Muziek	ดนตรี
Nadruk	ความสำคัญ
Nieuw	ใหม่
Orkest	วงดนตรี
Oud	แก่
Ritme	จังหวะ
Samenstelling	ส่วนประกอบ
Stijl	รูปแบบ
Talent	พรสวรรค์
Techniek	เทคนิค

Keuken
ห้องครัว

Cup	ถ้วย
Eetstokjes	ตะเกียบ
Eten	กิน
Grill	ย่าง
Ketel	กาต้มน้ำ
Koelkast	ตู้เย็น
Kom	ชาม
Kruik	เหยือก
Lepels	ช้อน
Messen	มีด
Oven	เตาอบ
Pollepel	ทัพพี
Recept	สูตรอาหาร
Schort	ผ้ากันเปื้อน
Servet	ผ้าเช็ดปาก
Specerijen	เครื่องเทศ
Spons	ฟองน้ำ
Voedsel	อาหาร
Vorken	ส้อม

Kleding
เสื้อผ้า

Armband	สร้อยข้อมือ
Broek	กางเกง
Handschoenen	ถุงมือ
Hoed	หมวก
Jas	เสื้อโค้ท
Jasje	แจ็คเก็ต
Jeans	ยีนส์
Jurk	ชุด
Ketting	สร้อยคอ
Mode	แฟชั่น
Pyjama	ชุดนอน
Riem	เข็มขัด
Rok	กระโปรง
Sandalen	รองเท้าแตะ
Schoen	รองเท้า
Schort	ผ้ากันเปื้อน
Shirt	เสื้อ
Sjaal	ผ้าพันคอ
Sokken	ถุงเท้า
Trui	เสื้อคลุม

Klimmen
ปีนเขา

Atmosfeer	บรรยากาศ
Deskundige	ผู้เชี่ยวชาญ
Fysiek	ทางกายภาพ
Gidsen	คำแนะนำ
Grot	ถ้ำ
Handschoenen	ถุงมือ
Helm	หมวกนิรภัย
Hoogte	ระดับความสูง
Kaart	แผนที่
Kracht	แรง
Laarzen	รองเท้าบูท
Letsel	บาดเจ็บ
Nieuwsgierigheid	ความอยากรู้
Opleiding	การอบรม
Smal	แคบ
Stabiliteit	ความมั่นคง
Terrein	ภูมิประเทศ
Uitdagingen	ความท้าทาย

Koffie
กาแฟ

Aroma	กลิ่นหอม
Beker	ถ้วย
Bitter	ขม
Cafeïne	คาเฟอีน
Drank	เครื่องดื่ม
Drinken	ดื่ม
Filter	กรอง
Malen	บด
Melk	นม
Ochtend	เช้า
Oorsprong	ที่มา
Prijs	ราคา
Room	ครีม
Smaak	รสชาติ
Suiker	น้ำตาล
Variëteit	ความหลากหลาย
Vloeistof	ของเหลว
Water	น้ำ
Zwart	สีดำ

Kracht en Zwaartekracht
แรงและแรงโน้มถ่วง

Afstand	ระยะทาง
As	แกน
Baan	วงโคจร
Beweging	การเคลื่อนไหว
Centrum	ศูนย์กลาง
Druk	ความดัน
Dynamisch	พลวัต
Eigendommen	คุณสมบัติ
Gewicht	น้ำหนัก
Impact	ผลกระทบ
Magnetisme	แม่เหล็ก
Mechanica	กลศาสตร์
Natuurkunde	ฟิสิกส์
Ontdekking	การค้นพบ
Snelheid	ความเร็ว
Tijd	เวลา
Uitbreiding	การขยายตัว
Universeel	สากล
Wrijving	แรงเสียดทาน

Kunst
ศิลปะ

Beeldhouwwerk	ประติมากรรม
Complex	ซับซ้อน
Creëren	สร้าง
Eenvoudig	ง่าย
Eerlijk	ซื่อสัตย์
Humeur	อารมณ์
Keramisch	เซรามิค
Onderwerp	เรื่อง
Origineel	ต้นฉบับ
Persoonlijk	ส่วนตัว
Poëzie	บทกวี
Portretteren	วาดภาพ
Samenstelling	ส่วนประกอบ
Schilderijen	ภาพวาด
Surrealisme	สถิตยศาสตร์
Symbool	สัญลักษณ์
Uitdrukking	การแสดงออก
Visueel	ภาพ

Kunstbenodigdheden
อุปกรณ์ศิลปะ

Acryl	อะคริลิค
Aquarellen	สีน้ำ
Borstels	แปรง
Camera	กล้อง
Ezel	ขาตั้ง
Gom	ยางลบ
Houtskool	ถ่าน
Ideeën	ไอเดีย
Inkt	หมึก
Klei	เคลย์
Kleuren	สี
Lijm	กาว
Olie	น้ำมัน
Papier	กระดาษ
Pastel	พาส
Potloden	ดินสอ
Stoel	เก้าอี้
Tafel	โต๊ะ
Water	น้ำ

Landen #1
ประเทศ #1

België	เบลเยียม
Brazilië	บราซิล
Cambodja	กัมพูชา
Canada	แคนาดา
Chili	ชิลี
Duitsland	เยอรมนี
Egypte	อียิปต์
Irak	อิรัก
Israël	อิสราเอล
Italië	อิตาลี
Letland	ลัตเวีย
Libië	ลิเบีย
Marokko	โมร็อคโค
Nicaragua	นิการากัว
Noorwegen	นอร์เวย์
Panama	ปานามา
Polen	โปแลนด์
Roemenië	โรมาเนีย
Senegal	เซเนกัล
Spanje	สเปน

Landen #2
ประเทศ #2

Denemarken	เดนมาร์ก
Ethiopië	เอธิโอเปีย
Frankrijk	ฝรั่งเศส
Griekenland	กรีซ
Ierland	ไอร์แลนด์
Indonesië	อินโดนีเซีย
Japan	ญี่ปุ่น
Kenia	เคนยา
Laos	ลาว
Libanon	เลบานอน
Liberia	ไลบีเรีย
Maleisië	มาเลเซีย
Mexico	เม็กซิโก
Nepal	เนปาล
Nigeria	ไนจีเรีย
Oeganda	ยูกันดา
Oekraïne	ยูเครน
Rusland	รัสเซีย
Somalië	โซมาเลีย
Syrië	ซีเรีย

Landschappen
ทิวทัศน์

Berg	ภูเขา
Eiland	เกาะ
Geiser	ไกเซอร์
Gletsjer	ธารน้ำแข็ง
Grot	ถ้ำ
Heuvel	เนินเขา
Ijsberg	ภูเขาน้ำแข็ง
Meer	ทะเลสาบ
Moeras	บึง
Oase	โอเอซิส
Oceaan	มหาสมุทร
Rivier	แม่น้ำ
Schiereiland	คาบสมุทร
Strand	ชายหาด
Toendra	ทุนดรา
Vallei	หุบเขา
Vulkaan	ภูเขาไฟ
Waterval	น้ำตก
Woestijn	ทะเลทราย
Zee	ทะเล

Literatuur
วรรณกรรม

Analogie	อะนาล็อก
Analyse	การวิเคราะห์
Auteur	ผู้เขียน
Biografie	ชีวประวัติ
Conclusie	บทสรุป
Dialoog	บทพูด
Gedicht	กลอน
Genre	ประเภท
Mening	ความเห็น
Metafoor	คำอุปมา
Omschrijving	ลักษณะ
Poëtisch	บทกวี
Rijm	สัมผัส
Ritme	จังหวะ
Roman	นิยาย
Stijl	รูปแบบ
Thema	ธีม
Tragedie	โศกนาฏกรรม
Verhaal	เรื่องเล่า
Verteller	ผู้บรรยาย

Meditatie
การทำสมาธิ

Aandacht	ความสนใจ
Aanvaarding	การยอมรับ
Ademhaling	การหายใจ
Beweging	การเคลื่อนไหว
Dankbaarheid	ความกตัญญู
Emoties	อารมณ์
Gedachten	ความคิด
Geluk	ความสุข
Helderheid	ความชัดเจน
Houding	ท่าทาง
Kalm	สงบ
Mentaal	จิต
Muziek	ดนตรี
Natuur	ธรรมชาติ
Observatie	การสังเกต
Perspectief	มุมมอง
Stilte	ความเงียบ
Vrede	สันติภาพ
Vriendelijkheid	ความเมตตา
Wakker	ตื่น

Meer Informatie
นิยายวิทยาศาสตร์

Bioscoop	โรงภาพยนตร์
Boeken	หนังสือ
Brand	ไฟ
Denkbeeldig	เพ้อฝัน
Dystopie	ดิสโทเปีย
Explosie	การระเบิด
Extreem	สุดขีด
Fantastisch	มหัศจรรย์
Futuristisch	อนาคต
Illusie	ภาพลวงตา
Klonen	โคลน
Mysterieus	ลึกลับ
Orakel	สิทธิ์
Planeet	ดาวเคราะห์
Robots	หุ่นยนต์
Scenario	สถานการณ์
Sterrenstelsel	กาแลกซี่
Technologie	เทคโนโลยี
Utopie	ยูโทเปีย
Wereld	โลก

Menselijk Lichaam
ร่างกายมนุษย์

Been	ขา
Bloed	เลือด
Elleboog	ข้อศอก
Enkel	ข้อเท้า
Hand	มือ
Hart	หัวใจ
Hersenen	สมอง
Hoofd	หัว
Huid	ผิว
Kaak	ขากรรไกร
Kin	คาง
Knie	เข่า
Maag	ท้อง
Mond	ปาก
Nek	คอ
Neus	จมูก
Oor	หู
Schouder	ไหล่
Tong	ลิ้น
Vinger	นิ้ว

Metingen
การวัด

Breedte	ความกว้าง
Byte	ไบต์
Centimeter	เซนติเมตร
Decimaal	ทศนิยม
Diepte	ความลึก
Gewicht	น้ำหนัก
Graad	องศา
Gram	กรัม
Hoogte	ความสูง
Inch	นิ้ว
Kilogram	กิโลกรัม
Kilometer	กิโลเมตร
Lengte	ความยาว
Liter	ลิตร
Massa	มวล
Meter	เมตร
Minuut	นาที
Ons	ออนซ์
Ton	ตัน
Volume	ระดับเสียง

Muziek
ดนตรี

Album	อัลบั้ม
Ballade	บัลลาด
Eclectisch	ผสมผสาน
Harmonie	ความสามัคคี
Improviseren	โอ๊ะโอ่
Instrument	ตราสาร
Klassiek	คลาสสิก
Lyrisch	ลิริคัล
Melodie	ทำนอง
Microfoon	ไมโครโฟน
Muzikaal	ดนตรี
Muzikant	นักดนตรี
Opera	โอเปร่า
Opname	การบันทึก
Poëtisch	บทกวี
Ritme	จังหวะ
Ritmisch	เป็นจังหวะ
Zanger	นักร้อง
Zingen	ร้องเพลง

Muziekinstrumenten
เครื่องดนตรี

Banjo	แบนโจ
Cello	เชลโล
Fagot	ปี่บาสซูน
Fluit	ขลุ่ย
Gitaar	กีตาร์
Gong	ฆ้อง
Harp	ฮาร์ป
Hobo	โอโบ
Klarinet	คลาริเน็ต
Klokkenspel	ตีระฆัง
Mandoline	แมนโดลิน
Marimba	มาริมบา
Mondharmonica	ฮาร์โมนิก้า
Piano	เปียโน
Saxofoon	แซกโซโฟน
Tamboerijn	แทมบูรีน
Trombone	ทรอมโบน
Trommel	กลอง
Trompet	แตร
Viool	ไวโอลิน

Mythologie
ตำนานเทพนิยาย

Archetype	ต้นแบบ
Bliksem	ฟ้าผ่า
Creatie	การสร้าง
Cultuur	วัฒนธรรม
Donder	ฟ้าร้อง
Doolhof	เขาวงกต
Gedrag	พฤติกรรม
Held	ฮีโร่
Heldin	วีรสตรี
Hemel	สวรรค์
Jaloezie	ความหึงหวง
Kracht	แรง
Krijger	นักรบ
Legende	ตำนาน
Monster	สัตว์ประหลาด
Onsterfelijkheid	อมตภาพ
Ramp	ภัยพิบัติ
Sterfelijk	ยแร
Wezen	สิ่งมีชีวิต
Wraak	แก้แค้น

Natuur
ธรรมชาติ

Arctisch	อาร์กติก
Bergen	ภูเขา
Bijen	ผึ้ง
Bos	ป่า
Dieren	สัตว์
Dynamisch	พลวัต
Erosie	ร่อน
Gebladerte	ใบไม้
Gletsjer	ธารน้ำแข็ง
Klippen	หน้าผา
Mist	หมอก
Rivier	แม่น้ำ
Rustig	สงบ
Schoonheid	ความงาม
Schuilplaats	ที่หลบภัย
Sereen	นิ่ง
Tropisch	เขตร้อน
Vitaal	สำคัญมาก
Woestijn	ทะเลทราย
Wolken	เมฆ

Natuurkunde
ฟิสิกส์

Atoom	อะตอม
Chaos	ความวุ่นวาย
Chemisch	เคมี
Deeltje	อนุภาค
Dichtheid	ความหนาแน่น
Elektron	อิเล็กตรอน
Experiment	การทดลอง
Formule	สูตร
Frequentie	ความถี่
Gas	แก๊ส
Magnetisme	แม่เหล็ก
Massa	มวล
Mechanica	กลศาสตร์
Molecuul	โมเลกุล
Motor	เครื่องยนต์
Relativiteit	สัมพัทธภาพ
Snelheid	ความเร็ว
Uitbreiding	การขยายตัว
Universeel	สากล
Zwaartekracht	แรงโน้มถ่วง

Oceaan
มหาสมุทร

Aal	ปลาไหล
Algen	สาหร่าย
Boot	เรือ
Dolfijn	ปลาโลมา
Garnaal	กุ้ง
Getijden	น้ำขึ้นน้ำลง
Haai	ฉลาม
Koraal	ปะการัง
Krab	ปู
Kwal	แมงกะพรุน
Octopus	ปลาหมึกยักษ์
Oester	หอยนางรม
Rif	รีฟ
Schildpad	เต่า
Spons	ฟองน้ำ
Storm	พายุ
Tonijn	ทูน่า
Vis	ปลา
Walvis	วาฬ
Zout	เกลือ

Overheid
รัฐบาล

Civiel	พลเรือน
Democratie	ประชาธิปไตย
Discussie	อย่าง
Gelijkheid	ความเสมอภาค
Gerechtelijk	ตุลาการ
Gerechtigheid	ความยุติธรรม
Grondwet	รัฐธรรมนูญ
Leider	หัวหน้า
Monument	อนุสาวรีย์
Natie	ประเทศ
Nationaal	ระดับชาติ
Politiek	การเมือง
Rechten	สิทธิ
Rustig	สงบ
Staat	รัฐ
Symbool	สัญลักษณ์
Toespraak	คำพูด
Vrijheid	เสรีภาพ
Wet	กฎหมาย
Wijk	เขต

Psychologie
จิตวิทยา

Afspraak	การนัดหมาย
Beoordeling	การประเมิน
Bewusteloos	หมดสติ
Conflict	ความขัดแย้ง
Dromen	ความฝัน
Ego	อัตตา
Emoties	อารมณ์
Ervaringen	ประสบการณ์
Gedachten	ความคิด
Gedrag	พฤติกรรม
Herinneringen	ความทรงจำ
Ideeën	ไอเดีย
Invloed	อิทธิพล
Jeugd	วัยเด็ก
Klinisch	คลินิก
Perceptie	การรับรู้
Persoonlijkheid	บุคลิกภาพ
Probleem	ปัญหา
Realiteit	ความเป็นจริง
Therapie	การบำบัด

Restaurant #1
ร้านอาหาร #1

Allergie	ภูมิแพ้
Bord	จาน
Brood	ขนมปัง
Eten	กิน
Ingrediënten	ส่วนผสม
Kassier	แคชเชียร์
Keuken	ครัว
Kip	ไก่
Koffie	กาแฟ
Kom	ชาม
Menu	เมนู
Mes	มีด
Pittig	เผ็ด
Reservering	การจอง
Saus	ซอส
Serveerster	พนักงานเสิร์ฟ
Servet	ผ้าเช็ดปาก
Toetje	ขนม
Vlees	เนื้อ
Voedsel	อาหาร

Restaurant #2
ร้านอาหาร #2

Cake	เค้ก
Diner	อาหารเย็น
Drank	เครื่องดื่ม
Eieren	ไข่
Fruit	ผลไม้
Groente	ผัก
Heerlijk	อร่อย
Ijs	น้ำแข็ง
Lepel	ช้อน
Lunch	อาหารกลางวัน
Noedels	ก๋วยเตี๋ยว
Ober	บริกร
Salade	สลัด
Soep	ซุป
Specerijen	เครื่องเทศ
Stoel	เก้าอี้
Vis	ปลา
Vork	ส้อม
Water	น้ำ
Zout	เกลือ

Rijden
การขับรถ

Auto	รถ
Brandstof	เชื้อเพลิง
Garage	โรงรถ
Gas	แก๊ส
Gevaar	อันตราย
Kaart	แผนที่
Licentie	ใบอนุญาต
Motor	เครื่องยนต์
Motorfiets	รถจักรยานยนต์
Ongeluk	อุบัติเหตุ
Politie	ตำรวจ
Remmen	เบรค
Snelheid	ความเร็ว
Straat	ถนน
Tunnel	อุโมงค์
Veiligheid	ความปลอดภัย
Verkeer	การจราจร
Vervoer	การขนส่ง
Voetganger	คนเดินเท้า
Vrachtauto	รถบรรทุก

Schaken
หมากรุก

Diagonaal	เส้นทแยงมุม
Kampioen	แชมป์
Koning	กษัตริย์
Koningin	ควีน
Leren	เรียนรู้
Offer	อุทิศ
Passief	รุ
Punten	คะแนน
Reglement	กฎ
Slim	ฉลาด
Spel	เกม
Speler	ผู้เล่น
Strategie	กลยุทธ์
Tegenstander	คู่แข่ง
Tijd	เวลา
Toernooi	การแข่งขัน
Uitdagingen	ความท้าทาย
Wit	ขาว
Zwart	สีดำ

Schoonheid
ความงาม

Charme	เสน่ห์
Cosmetica	เครื่องสำอาง
Diensten	บริการ
Elegant	สง่า
Elegantie	ความงดงาม
Fotogeniek	ถ่ายรูป
Genade	เกรซ
Geur	กลิ่นหอม
Glad	เรียบ
Huid	ผิว
Kleur	สี
Krullen	หยิก
Lippenstift	ลิปสติก
Mascara	มาสคาร่า
Producten	ผลิตภัณฑ์
Schaar	กรรไกร
Shampoo	แชมพู
Spiegel	กระจก
Stilist	สไตลิสต์
Verzinnen	แต่งหน้า

Specerijen
เครื่องเทศ

Anijs	โป๊ยกั๊ก
Bitter	ขม
Fenegriek	เฟนูกรีก
Gember	ขิง
Kaneel	อบเชย
Kardemom	กระวาน
Kerrie	แกง
Knoflook	กระเทียม
Komijn	ผงยี่หร่า
Koriander	ผักชี
Kruidnagel	กานพลู
Nootmuskaat	นัทเม็ก
Paprika	ปาปริก้า
Saffraan	หญ้าฝรั่น
Smaak	รสชาติ
Ui	หัวหอม
Vanille	วนิลา
Venkel	เม็ดยี่หร่า
Zoet	หวาน
Zout	เกลือ

Stad
เมือง

Apotheek	ร้านขายยา
Bakkerij	เบเกอรี่
Bank	ธนาคาร
Bibliotheek	ห้องสมุด
Bioscoop	โรงภาพยนตร์
Bloemist	ดอกไม้ดี
Boekhandel	ร้านหนังสือ
Dierentuin	สวนสัตว์
Galerij	แกลเลอรี่
Hotel	โรงแรม
Kliniek	คลินิก
Luchthaven	สนามบิน
Markt	ตลาด
Museum	พิพิธภัณฑ์
Restaurant	ร้านอาหาร
School	โรงเรียน
Stadion	สนามกีฬา
Theater	โรงละคร
Universiteit	มหาวิทยาลัย
Winkel	ร้าน

Technologie
เทคโนโลยี

Bericht	ข้อความ
Bestand	ไฟล์
Blog	บล็อก
Browser	เบราว์เซอร์
Bytes	ไบต์
Camera	กล้อง
Computer	คอมพิวเตอร์
Cursor	เคอร์เซอร์
Digitaal	ดิจิทัล
Gegevens	ข้อมูล
Internet	อินเทอร์เน็ต
Lettertype	แบบอักษร
Onderzoek	วิจัย
Scherm	หน้าจอ
Software	ซอฟต์แวร์
Statistiek	สถิติ
Veiligheid	ความปลอดภัย
Virtueel	เสมือน
Virus	ไวรัส

Tijd
เวลา

Dutch	Thai
Dag	วัน
Decennium	ทศวรรษ
Eeuw	ศตวรรษ
Gisteren	เมื่อวาน
Jaar	ปี
Jaarlijks	ประจำปี
Kalender	ปฏิทิน
Klok	นาฬิกา
Maand	เดือน
Middag	เที่ยง
Minuut	นาที
Morgen	พรุ่งนี้
Na	หลังจาก
Nacht	กลางคืน
Nu	ตอนนี้
Ochtend	เช้า
Toekomst	อนาคต
Uur	ชั่วโมง
Vandaag	วันนี้
Week	สัปดาห์

Tuin
สวนหย่อม

Dutch	Thai
Bank	ม้านั่ง
Bloem	ดอกไม้
Bodem	ดิน
Boom	ต้นไม้
Boomgaard	สวนผลไม้
Garage	โรงรถ
Gazon	สนามหญ้า
Gras	หญ้า
Hangmat	เปลญวน
Hark	คราด
Hek	รั้ว
Onkruid	วัชพืช
Schop	พลั่ว
Slang	ท่อ
Struik	บุช
Terras	ชานบ้าน
Trampoline	แทรมโพลีน
Tuin	สวน
Veranda	ระเบียง
Vijver	บ่อน้ำ

Universum
จักรวาล

Dutch	Thai
Astronomie	ดาราศาสตร์
Astronoom	นักดาราศาสตร์
Atmosfeer	บรรยากาศ
Baan	วงโคจร
Breedtegraad	ละติจูด
Dierenriem	จักรราศี
Duisternis	ความมืด
Evenaar	เส้นศูนย์สูตร
Halfrond	ซีกโลก
Hemel	ท้องฟ้า
Horizon	ขอบฟ้า
Kantelen	เอียง
Kosmisch	ฟังดู
Lengtegraad	เส้นแวง
Maan	ดวงจันทร์
Sterrenstelsel	กาแลกซี่
Zichtbaar	มองเห็นได้
Zonne	แสงอาทิตย์
Zonnewende	อายัน

Vakantie #2
วันหยุด #2

Dutch	Thai
Bergen	ภูเขา
Bestemming	ปลายทาง
Buitenlander	ชาวต่างชาติ
Buitenlands	ต่างชาติ
Eiland	เกาะ
Hotel	โรงแรม
Kaart	แผนที่
Luchthaven	สนามบิน
Reis	การเดินทาง
Reserveringen	จอง
Restaurant	ร้านอาหาร
Strand	ชายหาด
Taxi	แท็กซี่
Tent	เต็นท์
Trein	รถไฟ
Vakantie	วันหยุด
Vervoer	การขนส่ง
Visum	วีซ่า
Vrije Tijd	เวลาว่าง
Zee	ทะเล

Vissen
ตกปลา

Dutch	Thai
Aas	เหยื่อ
Apparatuur	อุปกรณ์
Boot	เรือ
Draad	ลวด
Geduld	ความอดทน
Gewicht	น้ำหนัก
Haak	ตะขอ
Kaak	ขากรรไกร
Kieuwen	เหงือก
Kok	ทำอาหาร
Mand	ตะกร้า
Meer	ทะเลสาบ
Oceaan	มหาสมุทร
Rivier	แม่น้ำ
Seizoen	ฤดู
Strand	ชายหาด
Vinnen	ครีบ
Water	น้ำ

Vliegtuigen
เครื่องบิน

Dutch	Thai
Afdaling	การตกทอด
Atmosfeer	บรรยากาศ
Avontuur	การผจญภัย
Ballon	ลูกโป่ง
Bemanning	ลูกเรือ
Bouw	การก่อสร้าง
Brandstof	เชื้อเพลิง
Geschiedenis	ประวัติศาสตร์
Hemel	ท้องฟ้า
Hoogte	ความสูง
Landen	ท่าเรือ
Lucht	อากาศ
Motor	เครื่องยนต์
Navigeren	นำทาง
Ontwerp	ออกแบบ
Passagier	ผู้โดยสาร
Piloot	นักบิน
Richting	ทิศทาง
Turbulentie	ความปั่นป่วน
Waterstof	ไฮโดรเจน

Voeding
โภชนาการ

Bitter	ขม
Calorieën	แคลอรี่
Dieet	อาหาร
Eetbaar	กินได้
Eetlust	ความกระหาย
Eiwitten	โปรตีน
Evenwichtig	สมดุล
Fermentatie	การหมัก
Gewicht	น้ำหนัก
Gezond	แข็งแรง
Gezondheid	สุขภาพ
Koolhydraten	คาร์โบไฮเดรต
Kwaliteit	คุณภาพ
Saus	ซอส
Smaak	รสชาติ
Spijsvertering	การย่อย
Toxine	พิษ
Vitamine	วิตามิน
Vloeistoffen	ของเหลว
Voedingsstof	สารอาหาร

Voertuigen
ยานพาหนะ

Ambulance	รถพยาบาล
Auto	รถ
Banden	ยาง
Boot	เรือ
Bus	รถเมล์
Caravan	คาราวาน
Fiets	จักรยาน
Helikopter	เฮลิคอปเตอร์
Metro	รถไฟใต้ดิน
Motor	เครื่องยนต์
Onderzeeër	เรือดำน้ำ
Raket	จรวด
Scooter	สกู๊ตเตอร์
Taxi	แท็กซี่
Tractor	รถแทรกเตอร์
Trein	รถไฟ
Veerboot	เรือข้ามฟาก
Vliegtuig	เครื่องบิน
Vlot	แพ
Vrachtauto	รถบรรทุก

Vogels
นก

Duif	นกพิราบ
Eend	เป็ด
Ei	ไข่
Flamingo	ฟลามิงโก
Gans	ห่าน
Kip	ไก่
Koekoek	นกกาเหว่า
Kraai	อีกา
Meeuw	นางนวล
Mus	กระจอก
Ooievaar	นกกระสา
Papegaai	นกแก้ว
Pauw	นกยูง
Pelikaan	นกกระทุง
Pinguïn	เพนกวิน
Reiger	กระสา
Struisvogel	นกกระจอกเทศ
Toekan	ทูแคน
Uil	นกฮูก
Zwaan	หงส์

Wandelen
เดินป่า

Berg	ภูเขา
Dieren	สัตว์
Gevaren	อันตราย
Gidsen	คำแนะนำ
Kaart	แผนที่
Klif	หน้าผา
Klimaat	ภูมิอากาศ
Laarzen	รองเท้าบูท
Moe	เหนื่อย
Muggen	ยุง
Natuur	ธรรมชาติ
Oriëntatie	ปฐมนิเทศ
Stenen	หิน
Voorbereiding	การตระเตรียม
Water	น้ำ
Weer	สภาพอากาศ
Wild	ป่า
Zon	ดวงอาทิตย์
Zwaar	หนัก

Water
น้ำ

Douche	อาบน้ำ
Drinkbaar	ดื่มได้
Geiser	น้ำพุร้อน
Golven	คลื่น
Ijs	น้ำแข็ง
Irrigatie	ชลประทาน
Kanaal	คลอง
Meer	ทะเลสาบ
Moesson	มรสุม
Oceaan	มหาสมุทร
Orkaan	พายุเฮอริเคน
Overstroming	น้ำท่วม
Regen	ฝน
Rivier	แม่น้ำ
Sneeuw	หิมะ
Stoom	ไอน้ำ
Verdamping	การระเหย
Vocht	วามชื้น
Vochtig	ชื้น
Vochtigheid	ความชื้น

Weersomstandigheden
สภาพอากาศ

Atmosfeer	บรรยากาศ
Bliksem	ฟ้าผ่า
Donder	ฟ้าร้อง
Droogte	แล้ง
Hemel	ท้องฟ้า
Ijs	น้ำแข็ง
Klimaat	สภาพอากาศ
Mist	หมอก
Moesson	มรสุม
Orkaan	พายุเฮอริเคน
Overstroming	น้ำท่วม
Polair	โพลาร์
Regenboog	สายรุ้ง
Storm	พายุ
Temperatuur	อุณหภูมิ
Tornado	พายุทอร์นาโด
Tropisch	เขตร้อน
Vochtig	ชื้น
Wind	ลม
Wolk	คลาวด์

Wetenschap
วิทยาศาสตร์

Atoom	อะตอม
Chemisch	เคมี
Deeltjes	อนุภาค
Evolutie	วิวัฒนาการ
Experiment	การทดลอง
Feit	ข้อเท็จจริง
Fossiel	ฟอสซิล
Gegevens	ข้อมูล
Hypothese	สมมติฐาน
Klimaat	ภูมิอากาศ
Methode	วิธี
Mineralen	แร่ธาตุ
Moleculen	โมเลกุล
Natuur	ธรรมชาติ
Natuurkunde	ฟิสิกส์
Observatie	การสังเกต
Organisme	สิ่งมีชีวิต
Planten	พืช
Zwaartekracht	แรงโน้มถ่วง

Wetenschappelijke Discip
สาขาวิชาวิทยาศาสตร์

Archeologie	โบราณคดี
Astronomie	ดาราศาสตร์
Biochemie	ชีวเคมี
Biologie	ชีววิทยา
Chemie	เคมี
Ecologie	นิเวศวิทยา
Fysiologie	สรีรวิทยา
Geologie	ธรณีวิทยา
Mechanica	กลศาสตร์
Meteorologie	อุตุนิยมวิทยา
Mineralogie	แร่วิทยา
Natuurkunde	ฟิสิกส์
Neurologie	ประสาทวิทยา
Plantkunde	พฤกษศาสตร์
Psychologie	จิตวิทยา
Robotica	หุ่นยนต์
Sociologie	สังคมวิทยา
Thermodynamica	อุณหพลศาสตร์
Voeding	โภชนาการ
Zoölogie	สัตววิทยา

Zakelijk
ธุรกิจ

Bedrijf	บริษัท
Begroting	งบประมาณ
Belastingen	ภาษี
Carrière	อาชีพ
Economie	เศรษฐศาสตร์
Fabriek	โรงงาน
Financiën	การเงิน
Geld	เงิน
Inkomen	รายได้
Investering	การลงทุน
Kantoor	ออฟฟิศ
Korting	ส่วนลด
Kosten	ค่าใช้จ่าย
Transactie	ธุรกรรม
Valuta	เงินตรา
Verkoop	ขาย
Werkgever	นายจ้าง
Werknemer	พนักงาน
Winkel	ร้าน
Winst	กำไร

Zoogdieren
สัตว์เลี้ยงลูกด้วยนม

Aap	ลิง
Bever	บีเวอร์
Coyote	โคโยตี้
Dolfijn	ปลาโลมา
Ezel	ลา
Geit	แพะ
Giraf	ยีราฟ
Gorilla	กอริลลา
Hond	หมา
Kameel	อูฐ
Kangoeroe	จิงโจ้
Kat	แมว
Konijn	กระต่าย
Leeuw	สิงโต
Olifant	ช้าง
Paard	ม้า
Stier	โค
Vos	ฟ็อกซ์
Walvis	วาฬ
Wolf	หมาป่า

Gefeliciteerd

Je hebt het gehaald!

We hopen dat u net zoveel plezier beleeft aan dit boek als wij aan het maken ervan. We doen ons best om spellen van hoge kwaliteit te maken.
Deze puzzels zijn op een slimme manier ontworpen zodat je actief kunt leren terwijl je plezier hebt!

Vond je ze mooi?

Een Eenvoudig Verzoek

Onze boeken bestaan dankzij de recensies die zij publiceren. Kunt u ons helpen door nu een mening achter te laten ?

Hier is een korte link die u naar uw bestellingen beoordelingspagina.

BestBooksActivity.com/Recensie50

FINAAL UITDAGING!

Uitdaging nr. 1

Klaar voor uw bonusspel? We gebruiken ze de hele tijd, maar ze zijn niet zo gemakkelijk te vinden. Hier zijn **Synoniemen!**

Noteer 5 woorden die je ontdekt hebt in elk van de onderstaande puzzels (nr. 21, nr. 36, nr. 76) en probeer voor elk woord 2 synoniemen te vinden.

Notitie 5 Woorden uit *Puzzle 21*

Woorden	Synoniem 1	Synoniem 2

Notitie 5 Woorden uit *Puzzle 36*

Woorden	Synoniem 1	Synoniem 2

Notitie 5 Woorden uit *Puzzle 76*

Woorden	Synoniem 1	Synoniem 2

Uitdaging nr. 2

Nu je opgewarmd bent, noteer 5 woorden die je ontdekt hebt in elke hieronder genoteerde puzzel (nr. 9, nr. 17, nr. 25) en probeer voor elk woord 2 antoniemen te vinden. Hoeveel regels kan je doen in 20 minuten?

Notitie 5 Woorden uit *Puzzle 9*

Woorden	Antoniem 1	Antoniem 2

Notitie 5 Woorden uit *Puzzle 17*

Woorden	Antoniem 1	Antoniem 2

Notitie 5 Woorden uit *Puzzle 25*

Woorden	Antoniem 1	Antoniem 2

Uitdaging nr. 3

Prachtig, deze finaal uitdaging is makkelijk voor jou!

Klaar voor de laatste? Kies je 10 favoriete woorden die je in een van de puzzels hebt ontdekt en noteer ze hieronder.

1.	6.
2.	7.
3.	8.
4.	9.
5.	10.

De uitdaging is nu om met deze woorden en binnen een maximum van zes zinnen een tekst te schrijven over een persoon, dier of plaats waar je van houdt!

Tip: U kunt de laatste blanco pagina van dit boek als kladblaadje gebruiken!

Je schrijven:

NOTITIEBOEKJE:

TOT SNEL!

Linguas Classics

GENIET VAN GRATIS SPELLEN

GO

↓

BESTACTIVITYBOOKS.COM/FREEGAMES